# தமிழர் திருமணம்

தமிழ் கடன் கொண்டு தழைக்குமா?
தமிழர் சரித்திரச் சுருக்கம்
தமிழன் எப்படிக் கெட்டான்?

மொழிஞாயிறு
ஞா. தேவநேயப் பாவாணர்

# தமிழர் திருமணம்

| | |
|---|---|
| | (7) மணம்பற்றிய செய்திகளைத் திட்டமாய் முடிவு செய்துகொள்ளுதல் |
| | (8) தாய்மொழியிற் கரணம் செய்வித்தல் |
| | (9) வீண் சடங்கு விலக்கல் |
| | (10) செல்வநிலைக் கேற்பச் செலவு செய்தல் |
| | (11) மணநாளன்றே மணமக்களைக் கூட்டுதல் |
| | (12) மணமக்களின் நல்வாழ்வை விரும்பல் |
| | 3. மணமக்கள் கவனிக்க வேண்டியவை |
| | 4. உற்றார் உறவினர் கவனிக்க வேண்டியவை |
| | 5. அரசியலார் கவனிக்க வேண்டியவை |
| | 6. புதியன புகுதல் |
| | 7. போலிச் சீர்திருத்த மணங்கள் |
| | 8. பெண்டிர் சமன்மை (சமத்துவம்) |
| பின்னிணைப்பு | |
| 1. | திருமண அழைப்பிதழ் |
| 2. | திருமண நிகழ்ச்சி நிரல் |
| 3. | திருமணத் தமிழ்க்கரணம் |
| 4. | கரணத்தொடர்பான சில சீர்திருத்தக் கருத்துகள் |
| 5. | திருமண வாழ்த்திதழ் |
| 6. | 'தாலிகட்டும் வழக்கம் தமிழரதே' |
| 7. | மலையாள நாட்டு மணமுறை |
| தமிழர் சரித்திரச் சுருக்கம் | |
| 1. | கழக(சங்க)த்திற்கு முற்காலம் |

| 2. | கழகக்காலம் |
|---|---|
| 3. | இடைக்காலம் (கி.பி. 300 -1600) |
| 4. | தற்காலம் (கி.பி. 1600 முதல் ) |
| 5. | தமிழரசர் மரபுகள் |
| 6. | திரவிடப் பிரிவு |
| 7. | இந்திய மக்கள் நாகரிகப் பகுப்பு |

**தமிழன் எப்படிக் கெட்டான்?**

| 1. | மதப்பைத்தியம் |
|---|---|
| 2. | கொடைமடம் |
| 3. | இனநலம் பொறாமை அல்லது தன்னினப் பகைமை |
| 4. | குறிபார்த்தல் |
| 5. | துறவியைப் பின்பற்றல் |
| 6. | ஆரியம் |
| 7. | அரசியற் கட்சிகள் |

# முகவுரை

இல்லறமாகிய நல்லறம் பூணும் மக்கள் வாழ்க்கையில் திருமணமே தலைசிறந்த மங்கல நிகழ்ச்சியாதலாலும், நீண்ட காலமாகத் தமிழுக்கும் தமிழனுக்கும் இழுக்குநேரும் வண்ணம் ஆரியமுறையில் பெரும்பால் தமிழ மணங்கள் நடைபெற்று வருவதாலும், அண்மையில் யான் நடத்திவைத்த பல திருமணங்களில் யான் உணர்ந்த குறையை நிறைத்தற் பொருட்டும், இந் நூல் எழுதப்பெற்றது.

**சேலம்**, 15-5-56 **தேவநேயன்**

## முன்னுரை

### 1. வாழ்க்கை நோக்கம்

இவ்வுலகிற் பிறந்த ஒவ்வொருவரும் ஒரு சிறிதேனும் இன்ப மாய் வாழ விரும்புவதாலும், அவ் இன்பத்திற்கு இன்றியமையாது வேண்டுவது பொருளாதலாலும், அப் பொருள் பெற்றார் செய்ய வேண்டிய கடமை அறமாதலாலும் இம்மையில் மக்கள் வாழ்க்கைக் குறிக் கோள் இன்பமும் பொருளும் அறமும்என மூன்றாகக் குறித்தனர் முன்னோர். இம் மூன்றனுள்ளும், அறம் சிறந்ததாயும் ஏனையிரண்டிற்கும் பொதுவாயுமிருத்தலான், அறவழியில் ஈட்டிய பொருளைக் கொண்டு அறவழியில் இன்பந்துய்க்கவேண்டு மென்னும் கருத்தால், அறத்தை முன்வைத்து முப்பொருளையும் அறம் பொருள் இன்பம்என மாற்றியமைத்தனர் பின்னோர்.

ஒருவர்க்கு ஊண், இசை, காட்சி முதலிய பிறவற்றாலும் இன்ப முண்டாகுமேனும், பேரளவுபற்றியும் ஐம்புலனுந்தழுவல் பற்றியும், பெண்ணின்பமே இம்மையிற் பேரின்பமாகக் கொள்ளப்பெற்றது.

> ***"பெண்ணிற் பெருந்தக்க யாவுள கற்பென்னுந்***
> ***திண்மையுண் டாகப் பெறின்".*** (54)
>
> ***"கண்டுகேட் டுண்டுயிர்த் துற்றறியும் ஐம்புலனும்***
> ***ஒண்டொடி கண்ணே யுள".*** (111)

எனத் திருவள்ளுவனாருங் கூறியிருத்தல் காண்க.

மக்களிடை மதத்துறை வளர்ச்சியடைந்து வீடுபேற்று நம்பிக்கை ஏற்பட்டபின், மாந்தன் குறிக்கோள் அல்லது பேறு அறம் பொருள் இன்பம் வீடு என நான்காக வகுக்கப் பெற்றது. இந் நான்கும் நாற் பொருள் அல்லது நான்மாண் பொருள் எனப்படும்.

இம்மையின்பமாகிய பெண்ணின்பமும் மறுமையின்பமாகிய வீட்டின்பமும், ஒப்பு நோக்க வகையால், முறையே சிற்றின்பம் பேரின்பம் எனப்படினும், சிற்றின்பமே இயற்கைக் கேற்றதும், உடனே நுகர்தற் குரியதும், எளிதாய்க் கிட்டுவதும், கண்கூடாகக் காணப் பெறுவதுமா யிருத்தலின், அதுவே பெரும்பாலரால் விரும்பப்படுவதாம்.

***"ஈதல்அறம் தீவினைவிட் டீட்டல்பொருள் எஞ்ஞான்றும் காதல் மனையாளும் காதலனும் - தீதின்றிப்***

***பட்டதே இன்பம் பரனைநினைந் திம்மூன்றும்***
***விட்டதே பேரின்ப வீடு"***

என்னும் ஔவையார் செய்யுள், நாற்பொருளியல்பையும் நன்கனம் தெரிவிக்கும். இச் செய்யுளின் முதலடியை, "ஈதலறம் தீவினைவிட் டீட்டல் பொரு" ளென்றும் என்று சிலர் திருத்துவர்.

சில துறவியர், வரையிறந்து பெண்ணை வெறுத்துப் பெண்ணின் பத்தைப் பழித்திருப்பர். அது துறவியர்க்கே கூறியதென்று இல்லறத்தார் பொருட்படுத்தாது விட்டுவிடல் வேண்டும். விலை மகளுறவையும் நெறிதிறம்பிய காம நுகர்ச்சியையும் பழிக்கலாமே யன்றி, பெண் ணின்பந்தன்னையே பழித்தல் கூடாது. அங்ஙனம் பழிப்பவர், இறைவன் ஏற்பாட்டையும் தம் பெற்றோர் வாழ்க்கையையும் பழிப்பவரேயாவர்.

**2. வாழ்க்கை வகை**

மாந்தன் வாழ்க்கை, இல்லறம் துறவறம் என இரு வகைத்து, மனைவியோடு கூடி இல்லத்திலிருந்து, அதற்குரிய அறஞ்செய்து வாழும் வாழ்க்கை இல்லறம்; உலகப்பற்றைத் துறந்து, அதற்குரிய அறத்தோடு கூடிக் காட்டில் தவஞ் செய்து வாழும் வாழ்க்கை துறவறம். அது மணவாநிலையிலும் தொடங்கலாம்; மணந்த நிலையிலும் தொடங்கலாம்.ஒருவன் மணஞ் செய்யாது இறுதிவரை மாணியாய் (பிரமச் சாரியாய்) இருப்பினும், அவன் வாழ்க்கை இல்லறத்தின் பாற்படும்.ஒருவன் நாட்டினின்று நீங்கிக் காட்டில் வாழினும், மனையாளொடு கூடி வாழின், அது இல்லறத்தின் பாற்படுவதே.ஒருவன் இல்லத்திலிருந்து மனையாளொடு கூடி வாழினும், அறஞ் செய்யாது இருப்பின், அவன் வாழ்க்கை இல்லறமாகாது வெறுமனான இல்வாழ்க்கையாம். ஒருவன் துறவு மேற்கொண்டும் அதற்குரிய அறம் பூணானாயின், அது ஈரறத்தொடுங் கூடாது தீவினையை மிகுக்கும் அல்வாழ்க்கையாம்.இக்காலத்தில், துறவு பூண்டோர் காட்டிற்குச் செல்லாது நாட்டிலும் நகரத்திலும் தங்கி, தம்மாலியன்றவரை பொதுமக்கட்குத் தொண்டு செய்வது, சிறந்த துறவாகக் கருதப்படுகின்றது.

**3. இல்லறச் சிறப்பு**

இறைவன் ஏற்பாட்டின்படி மக்களுலகம் இடையறாது தொடர்ந்து வருவதற்கு இல்லறமே காரணமாதலாலும், துறவியர்க்கும் அவர் முற்றத் துறக்கும்வரை இன்றியமையாத் துணையாயிருப்பது இல்லறத்தாரே யாதலாலும், இல்லறத்தாலும் வீடுபேறு கிட்டுமாதலாலும்,

மாயமால நடிப்பிற்கிடம் துறவறத்தினும் இல்லறத்திற் குறைதலாலும், இல்லறமே நல்லறமாம். இதனாலன்றோ,

*"இல்லற மல்லது நல்லற மன்று"*

*என ஔவையாரும்,*

*"அறனெனப் பட்டதே யில்வாழ்க்கை யஃதும்*
*பிறன்பழிப்ப தில்லாயின் நன்று"* (49)
*"அறத்தாற்றின் இல்வாழ்க்கை யாற்றிற் புறத்தாற்றிற்*
*போஒய்ப் பெறுவ தெவன்"* (46)

என்று திருவள்ளுவனாரும், கூறினார் என்க.

அன்புடைமை, விருந்தோம்பல், இனியவை கூறல், செய்ந் நன்றி யறிதல், நடுவுநிலைமை, அடக்கமுடைமை ஒழுக்கமுடைமை, பிறனில் விழையாமை, பொறையுடைமை, அழுக்காறாமை, வெஃகாமை, புறங்கூறாமை, பயனில சொல்லாமை, தீவினையச்சம், ஒப்புரவறிதல், ஈகை என்பன இல்லற வாழ்க்கைக்கு விதிக்கப்பட்ட அறங்களாதலின், இவையனைத்தையுங் கைக்கொள்வார் வீட்டுலகை யடைதற்கு எள்ளளவும் ஐயமின்றாம்.

ஆயினும், மக்கள்தொகை மிக்கு மாநில முழுதும் இடர்ப்படும் இக்காலத்தில், துறவறஞ் சிறந்ததென்று கூறித் துறவியரை ஊக்குதல் வேண்டும் என்றே தோன்றுகின்றது.

### 4. திருமணமும் கரணமும்

ஓர் ஆடவனும் ஒரு பெண்டும், கணவனும் மனைவியுமாக இல்ல றம் நடத்த இசைந்து ஒன்றுசேர்வதே மணமாம். மணத்தல் கலத்தல் அல்லது கூடுதல். மணவாழ்க்கைக்கென்றே இறைவன் மக்களை ஆணும் பெண்ணுமாய்ப் படைத்திருப்பதாலும், அதனிடத்து மிகுந்த அறப் பொறுப்புள்ளமையாலும், அது ஆயிரங் காலத்துப் பயிர் ஆகையாலும், வாழ்க்கைத் துணைவர் இருவரும் தெய்வத்தின்முன் அல்லது தெய் வத்தின்பேரில் பலரறிய ஆணையிட்டுக் கூடுவதாலும், மணம் தெய்வத்தன்மை பெற்றுத் திருமணம் எனப் பெற்றது. இப் பெயர், பின்னர், திருமணத் தொடர்பான விழாவையுங் குறித்தது.

திருமணத்திற்குரிய ஒப்பந்த அல்லது தாலிகட்டுச் சடங்கு கரணம் எனப்படும். கரணம்

செய்கை. அது ஆட்சிபற்றிச் சடங்கை உணர்த் திற்று. கரணத்தோடு கூடிய திருமணத்தை வதுவை மணம் என்பது இலக்கிய வழக்கு.

முதற் காலத்தில், எல்லா ஆடவரும் பெண்டிரும், பருவம் வந்தபின் விலங்கும் பறவையும்போலக் கரணமின்றியே கூடி வாழ்ந்து வந்தனர். ஆயின், சில ஆடவர், தாம் மணந்த மகளிரை மணக்க வில்லையென்று பொய்யுரைத்தும், அவரைக் கைவிட்டும், அவர் வாழ்வைக் கெடுத்தும் வந்ததினால், மக்கள்மீது அருள்கொண்ட தமிழ முனிவர், கரணம் என்னும் திருமணச் சடங்கை ஏற்படுத்தினர். மண மகன், மணமகளைத் தன் நிலையான வாழ்க்கைத் துணையாகக் கொள்வ தாக, பலரறியக் கடவுள் திருமுன் சூள் (ஆணை) இடுவதே கரணமாம்.

***"பொய்யும் வழுவும் தோன்றிய பின்னர்ஐயர் யாத்தனர்***
***கரணம் என்ப"*** **(கற்பியல்,** 4)

என்பது தொல்காப்பியம்

5. **மணமக்கள் பெயர்**

கணவனும் மனைவியுமாக ஒருவருக்கொருவர் வாழ்க்கைத் துணைவராய் இல்லறந் தொடங்கும் இருவரும், திருமணத்தன்று மணமக்கள் எனப்படுவர். அவ் விருவரையும் பிரித்துக் கூறுங்கால், மணமகன் மணமகள் என்றும், மணவாளன் மணவாட்டி என்றும், பெண் மாப்பிள்ளை (மணவாளப் பிள்ளை) என்றும், பெண் பிள்ளை என்றும், கூறுவது வழக்கம். மணமகனைப் பிள்ளை என்பது வடார்க்காட்டு வழக்கு.

கணவன் மனைவி, ஆண்மகன் பெண்டாட்டி, அகமுடையான் அகமுடையாள், இல்லாளன் இல்லாள் என்னும் பெயரிணைகள் திருமணத்திற்குப் பின்பு இல்லறக்காலத்தில் நிலையாக வழங்குவன. மணாட்டுப்பெண் என்பது முறையே மாட்டுப்பெண் நாட்டுப்பெண் என மருவி, மருமகள் என்னும் பொருளில், தஞ்சை வட்டாரத்தில் வழங்கி வருகின்றது. தலைவன் தலைவி, தலைமகன் தலைமகள், கிழவன் கிழத்தி (நாடுகிழவோர்) என்பன, அரசக் குலத்தார்க்குரியன வாய், இல்லறம் நெடுகலும் வழங்கும் இலக்கிய வழக்காம். இவற்றுள், கிழவன் கிழத்தி என்பன மனைக்கிழவன் மனைக்கிழத்தி என்னும் வழக்கில் பொதுமக்கட்கும் வழங்கும். மனைக்கிழத்தியை வாழ்வரசி என்பது நெல்லைநாட்டு நல்வழக்கு.

திருவள்ளுவர், கணவனுக்குத் தலைமை தோன்ற மனைவியை வாழ்க்கைத் துணையென்று

கூறியிருப்பினும், இல்லறத்தை "இருபகட் டொருசகடு" என்றும், கணவன் மனைவியர் காதலொற்றுமையை "ஓராவினுக் கிருகோடு தோன்றினாற்போல்" என்றும், உவமித்துக் கூறும் வழக்கிற்கும். இக்காலத் தோங்கிவரும் சமநிலைக் கருத்திற்கும் ஏற்ப, இருவரையும் தனித்தனி வாழ்க்கைத் துணையென்றோ, வாழ்க்கைத் துணைவன் வாழ்க்கைத் துணைவி என்றோ, குறிப்பது குற்றமாகாது.

6. **அன்பும் காதலும் காமமும்**

அன்பு காதல் காமம் என்பன, பருநோக்கில் ஒன்றாயினும், நுண்ணோக்கில் வேறுபட்டன. அன்பெனப்பது, ஏசுவும் புத்தரும் போல் எல்லாரிடத்தும் காட்டும் நேயம். அது அறமாகவும் அறவினைகட்கெல்லாம் காரணமாகவும் கருதப்படும்.

***"அன்பிலா ரெல்லாந் தமக்குரியர் அன்புடையார்***
***என்பும் உரியர் பிறர்க்கு"***(72)
***"அன்பும் அறனும் உடைத்தாயின் இல்வாழ்க்கை***
***பண்பும் பயனும் அது"***

என்னும் குறள்கள் இதை யுணர்த்தும். காதல் என்பது, ஒருவரை யொருவர் இன்றியமையாக் கழிபெரு நேயமாய் இருவரிடை நிகழ்வது. அது, கோப்பெருஞ் சோழனும் பிசிராந் தையாரும் போலும் நண்பரிடத்தும், பெற்றோரும் பிள்ளையும் போலும் உறவினரிடத்தும், பூதப்பாண்டியனும் அவன் தேவியும் போலும் கணவன் மனைவியரிடத்தும், அமைவது. அது அரிய பிறவிக் குணம்.

கோவலனும் கண்ணகியும் இறந்தமை கேட்ட தாய்மார் உடலுயிர் துறந்தமை காண்க. கணவன் மனைவியரிடைப்பட்ட காதல் உண்மையில் இருவர்க்கும் பொதுவேனும், அது சிறப்பாக மனைவிக்கே அல்லது மனைவியர்க்கே உரியது என்னும் தவறான கொள்கை, தொன்றுதொட்டு இருந்து வருகின்றது.

காமம் என்பது, கணவன் மனைவியரிடத்தேயே அல்லது ஆண் பெண் என்னும் இருபாலிடையேயே, நிகழக்கூடிய சிறப்புவகை நேயம். கணவன் மனைவியர் இல்லற வின்பம் துய்த்தற்குக் காரணமான நேயம் என்னும் பொருளிலேயே காமம் என்னுஞ் சொல்லை ஆண்டு, இன் பத்துப்பாலைக் காமத்துப்பால் எனக் குறித்தனர் வள்ளுவர்.

அச் சொல், இன்று கலவி வேட்கை என்னும் தவறான பொருளில் வழங்கி வருகின்றது.

இனி, அருள் என்பது யாதோவெனின், அது உயர்ந்தோர் தாழ்ந் தோரிடத்துக் காட்டும் இரக்கம் என்க.

## I. பண்டைத் தமிழ்மணம்

பண்டைத் தமிழ் மணம் என்று இங்குக் குறிக்கப்பட்டவை, தமிழகத்தில், தொன்றுதொட்டுப் பிராமணர் பெருந்தொகையாய் வந்து பலவூர்களிலும் தங்குமளவும், தமிழப் பார்ப்பாராலும் குலத்தலைவராலும் தமிழில் நடத்தப்பெற்று வந்த மணங்களாகும்.

பிராமணர் தென்னாடு புகத்தொடங்கியது ஏறத்தாழக் கி.மு. 2000 எனினும், அவர் முதலடியிலேயே பெருந்தொகையினராய் இங்கு வந்த வரல்லர். முதன்முதல் இங்குக் கால் வைத்த பிராமணர் விரல்விட்டு எண்ணத்தக்கவரே யாவர். கிறித்தவ வூழி தொடங்கும்வரை இடை யிட்டிடையிட்டுச் சிறுசிறு கூட்டத்தாராகவே அவர் வந்து கொண்டி ருந்தனர். கி.பி. 3ஆம் நூற்றாண்டிற்குப் பின், பல்லவ அரசர் காலத்தில் தான், அவர் பெருவாரியாக வடநாட்டிலிருந்து குடியேற்றப்பட்டனர். இதைப் பிற்காலச் சேரசோழ பாண்டியரும் பின்பற்றினர்.

"மாமுது பார்ப்பான் மறைவழி காட்டிட" என்று சிலப்பதிகாரம் பிராமண அல்லது ஆரியப் பார்ப்பனப் புரோகிதத்தைக் குறித்திருப்பது, கடைச்சங்கக் காலத்தில் நகரங்களிலும் மாநகரங்களிலும் பெரும்பாலும் அரசரிடையும் வணிகரிடையும் இருந்த நிலைமையைத்தான் குறிக்கும். இன்றும் பிராமணரில்லாத பல நாட்டுப்புறத்தூர்கள் இருப்பதாலும், சில தமிழக்குலத்தார் பிராமணப் புரோகிதமின்றித் தம் மணங்களை நடத்திக்கொள்வதாலும், பிராமணர் வந்த பின்பும், கடைச்சங்கக் காலம் வரை பெரும்பால் தமிழர் மணங்கள் தமிழ் மரபிலேயே நடந்துவந்தன என்று அறிதல் வேண்டும்.

தமிழப்பார்ப்பார், பண்டாரம், புலவன், குருக்கள், திரு(க்கள்), பூசாரி, உவச்சன், ஓதுவான், போற்றி, நம்பி, அருமைக்காரன் (புடவைக் காரன்), வள்ளுவன் முதலிய பல்வேறு வகுப்பார் ஆவர். பார்ப்பான் கோயிற் கருமங்களைப் பார்ப்பவன்.

அந்தணன், ஐயன் என்னும் பெயர்கள் முதன்முதல் தமிழத் துறவியரையே குறித்ததுபோன்று, பார்ப்பான் என்னும் பெயரும் முதன் முதல் தமிழப் பூசாரியையே குறித்தது. துரை என்னும் தமிழ் அல்லது தெலுங்கச் சொல் நம் நாட்டில் தங்கும் மேனாட்டார்க்கு வரையறுக்கப் பட்டது போன்றே, அந்தணர், பார்ப்பார் என்னும் பெயர்களும் பிராம ணர்க்கு வரையறுக்கப்பட்டன என்க. இன்னும் இதன் விரிவையெல்லாம் எனது 'தமிழர்குல மரபு' என்னும் நூலிற் கண்டு கொள்க. தமிழருள், பார்ப் பார் என்பார் இல்லறத்தாரும், அந்தணர் என்பார் துறவறத்தாரும் ஆவர்.

குலத்தலைவராவார் நாட்டாண்மைக்காரன், நாட்டான், பெரிய தனக்காரன், அம்பலக்காரன், ஊர்க்கவுண்டன், ஊர்க்குடும்பன், பட்டக்காரன், ஊராளி, மூப்பன் என ஆங்காங்கு வெவ்வேறு பெயரால் அழைக்கப்பெறும் குலவியல் ஊராட்சியாளர்.

பண்டைத் தமிழ்மண முறையிலேயே இன்னும் பல மணங்கள் நடந்து வருவதால், அவற்றையுந் தழுவுமாறு 'பண்டைத் தமிழ் மணம்' என்னும் தலைப்பிற்குப் பண்டைக் காலத்தில் எல்லாத் தமிழரும் கையாண்ட மணமுறை என்று பொருள் கொள்க.

## 1. மணவகை

### (1) உலகியற் பாகுபாடு
பண்டைத் தமிழ் மணங்களின் உலகியற் பாகுபாடு, பின் வருமாறு பல்வேறு முறை பற்றியதாகும்.

### 1. கொள்முறை பற்றியது
பண்டைத் தமிழ் மணங்கள், பெண்கோடல் முறைபற்றி, (1) கொடை மணம், (2) காதல் மணம், (3) கவர்வு (வன்கோள்) மணம் என முத்திறப்படும்.

### (1) கொடைமணம்
கொடைமணமாவது, மணமகனேனும் அவன் பெற்றோரேனும் மணமகள் பெற்றோரை அடுத்துக் கேட்க, அவர் கொடுப்பது. அது, (1) தானக் கொடை, (2) விலைக்கொடை, (3) நிலைப்பாட்டுக்கொடை என மூவகைத்து.

தானக்கொடையாவது, ஒருவர் தம் மகளைத் தக்க ஏழை மணாளனுக்குத் தாமே எல்லாச் செலவும் ஏற்று மணஞ்செய்து வைப்பது, விலைக்கொடையாவது, ஒருவன் தன் மகளுக்கு ஈடாக ஒரு தொகையை ஒரு செல்வனிடம் பெற்றுக்கொண்டு, அவளை அவனுக்கு மனைவியாகக் கொடுப்பது; விலை விற்பனை; இது கீழோரிடம் அருகி நிகழ்வது; நிலைப்பாட்டுக் கொடையாவது, ஒருவர் தம் மகளை ஒருவனுக்கு ஏதேனும் நிலைப்பாடு அல்லது அக்குத்துப் (condition) பற்றி மனைவி யாகக் கொடுப்பது. அந் நிலைப்பாடு, இத்துணைப் பரிசந்தரல் வேண்டு மென்றும், இத்துணைக் காலம் பெண்ணின் பெற்றோர்க்கு உழைத்தல் வேண்டு மென்றும், இன்ன மறச்செயலைப் புரிதல் வேண்டுமென்றும், மணமகளை இன்ன கலையில் வெல்லுதல் வேண்டுமென்றும், மணத்தின் பின் பெண் வீட்டிலேயே வதிதல் வேண்டுமென்றும், பல்வேறு திறப்பட்டதாயிருக்கும்.

மறச்செயல்கள், கொல்லேறு கோடல் (ஏறு தழுவல்), திரிபன்றி யெய்தல், புலிப்பால் கறத்தல், கொடுவிலங்கு கோறல், பகைவரையழித் தல், வில்நாணேற்றல், பெருங்கல் தூக்கல் முதலியன. ஏறு -

காளை, கோடல் - அடக்கல், கோறல் - கொல்லுதல். திரிபன்றி யெய்தலாவது, மிகவுயரத்தில் விரைவாகச் சுழன்று கொண்டிருக்கும் சிறிய பன்றி யுருவை ஒரே தடவையில் எய்து வீழ்த்துதல்.

பண்டைக் காலத்தில் முல்லைநிலத்திலிருந்த ஆயரிடை, ஏறு தழுவி மணப்பதே குலமரபாக இருந்துவந்தது. ஓர் ஆயர்பாடியில் அல்லது சேரியில், ஒரு பெண்குழந்தை பிறந்தவுடன் அதன் பெயருக்கு ஒரு சேங்கன்றைப் பெற்றோர் ஒதுக்கி வைப்பர். அக் கன்றைக் காயடி யாமலும், வேலையில் வயக்காமலும், கொழுத்த ஊட்டங் கொடுத்துக் கொம்பு சீவிக் கூராக்குவர். ஆண்டுதோறும், குறித்த நன்னாளில், மணப்பருவமடைந்த மங்கையர்க்குரிய காளைகளையெல்லாம் ஒரு தொழுவத்தில் அடைத்து வைத்து, ஒவ்வொன்றாகத் திறந்துவிடுவர். மக்கள் ஆரவாரத்தையும் ஏறுகோட்பறை முழக்கத்தையும், கண்டும் கேட்டும், மருண்டோடும் ஒவ்வொரு கொல்லேற்றையும், மாணியரான ஆய இளைஞர் பிடித்து நிறுத்த முயல்வர். பலர் கொல்லேறுகளாற் குத்திக் கொல்லப்படுவது முண்டு. ஒரு கொல்லேற்றை எவன் பிடித் தடக்கி நிறுத்துகின்றானோ அவன் அவ் ஏற்றிற்குரிய ஆயமகளை மணப்பான். இம் மணமுறை, கலித்தொகை என்னும் சங்க நூலில், முல்லைக்கலியில், விரிவாகக் கூறப்பட்டுள்ளது. வடநாட்டிற் கண்ணன் ஏழ் ஏறுதழுவி நப்பின்னையை மணந்தது இத் தமிழ் மரபே.

இங்ஙனம் ஒரு மறச்செயலை மணமகனது தகுதியாகக் கொள்ளும் வழக்கத்தினால், ஒரு குலத்தாரின் மறத்திறம் மேன்மேலும் வளர்ந்து வருவதுடன், அவர்க்குப் பிறக்கும் குழந்தைகளும் இயல்பாக மறவு ணர்ச்சி விஞ்சியவாயிருக்கின்றன. இவ்வாறு, மறஞ்சிறந்த ஆடவரையே பெண்டிர் மணக்கும் ஏற்பாட்டை, 'பாலியல் தெரிப்பு' (sexual selection) என்பர் டார்வின் பேரறிஞர். ஒரு குலத்தார் தமக்குள்ளேயே நெடுகலும் மணந்து வருவதால் ஏற்படும் எச்சவியற் குறைபாட்டிற்கு ஈடு செய்வது, ஏறுதழுவல் போன்ற மணமகன் மறவியல் தகுதி ஏற்பாடே.

ஏறு தழுவல் என்னும் பண்டை வழக்கமே, இன்று கள்ளர் மறவரிடைச் 'சல்லிக்கட்டு' என்றும், 'மஞ்சுவிரட்டு' என்றும் வழங்கி வருகின்றது. ஆயர் இவ் வழக்கத்தை நீண்ட காலமாக அடியோடு விட்டுவிட்டதினால், தம் முன்னோரின் மறத்தை முற்றும் இழந்து விட்டனர். சல்லிக்கட்டு மாட்டுத் தொழுவை இன்றும் பாடி அல்லது பாடிவாசல் என்றழைப்பது, இவ் வழக்கம் பண்டைக் காலத்தில் ஆயர் பாடியில் நிகழ்ந்தது என்பதை உணர்த்தும்.

திருமணத்தன்று மணமக்கள் ஊர்வலம் வருவதும், சில சிற்றூர் களில் அயலூர் மணமகன் வந்து ஒரு பெண்ணை மணந்து மீளும்போது, அவ்வூர் இளைஞர் இளவட்டக் காசு என்னும்

கைந்நீட்டம் கேட்பதும், பண்டைக் காலத்தில் ஒரு பெண்ணை நோக்கிப் பல இளைஞர் போட்டி யிட்டுப் பொருததைக் குறிப்பாய் உணர்த்தும்.

ஆண்மகப் பேறில்லாத பெற்றோர், தம் மருமகனைத் தம் இல்லத்தி லேயே இருத்திக்கொள்வர். இவ் ஏற்பாட்டை 'இல்லத்தம்' என்பர் கன்னடர்.

(2) **காதல் மணம்**

காதல் மணமாவது, ஓர் ஆடவனும் ஒரு பெண்டும் பெற்றோரைக் கேளாதும் பிறருக்குத் தெரியாதும் ஒருவரையொருவர் காதலித்து, தாமே

கணவனும் மனைவியுமாகக் கூடிக்கொள்வது. இது, களவில் தொடங்கு வதும் கற்பில் தொடங்குவதும் என இருவகைத்து. களவென்பது மறைவு; கற்பென்பது வெளிப்படை "நீ இன்னவா றொழுக வேண்டும்" என மணமகள் திருமண ஆசிரியனால் கற்பிக்கப்படும் நிலைமை கற்பு என்பர்.

களவில் தொடங்குவது, இருமாத எல்லைக்குள் என்றேனும் வெளிப் பட்டுக் கற்பாக மாறிவிடும். இக் களவு வெளிப்பாடு, (1) உடன் போக்கு, (2) அறத்தொடு நிலை என்னும் இருவகைகளுள் ஒன்றால் ஏற்படும். உடன்போக்காவது, களவொழுக்கம் தடைப்பட்டவிடத்து அல்லது காதலியின் பெற்றோர் அவளைத் தர இசையாவிடத்து, காதலன் அவளை வேற்றூர்க்கேனும் தன் வீட்டிற்கேனும் அழைத்துக்கொண்டு போய்விடல். அறத்தொடு நிலையாவது, காதலியின் மெலிவு கண்டு அதைப் போக்கு வதற்கு, அவள் பெற்றோர் கட்டுவிச்சி (குறிகாரி), வேலன் (மந்திரக்காரன்) முதலியோரின் துணை வேண்டும் போதோ, அதற்கு முன்னதாகவோ, காதலி தானாகவேனும் தன் தோழி வாயிலாக வேனும் தன் காதலனைப்பற்றித் தெரிவித்தல்.

காதலர் ஒரு நாளுங் களவொழுக்கமின்றிக் கற்பாகவே தம் கூட்டு வாழ்க்கையைத் தொடங்குவதுமுண்டு. இவ் இருவகைத் தொடக்கமும், கரணத்தோடு கூடியதாகவும் இருக்கலாம்; கூடாததாகவு மிருக்கலாம். அக் கரணமும், மணமகன் தானே செய்விப்பதாகவு மிருக்கலாம்; மணமகள் பெற்றோரைக் கொண்டு செய்விப்பதாகவு மிருக்கலாம்.

இங்குக் கற்பென்பது உண்மையில் களவொழுக்கத்தின் வெளிப்பாடே யாயினும், அது பொதுவாகக் கரணத்தொடு கூடியதாகவே கொள்ளப்படும்.

***"கற்பெனப் படுவது கரணமொடு புணரக்***
***கொளற்குரி மரபின் கிழவன் கிழத்தியைக்***
***கொடைக்குரி மரபினோர் கொடுப்பக்கொள் வதுவே"***

(கற்பியல், 1)

***"கொடுப்போர் இன்றியும் கரணம் உண்டே***
***புணர்ந்துடன் போகிய காலை யான"*** (மேற்படி 2)

என்பன தொல்காப்பியம்.

உடன்போக்குச் சென்ற காதலன், தன்னூர் வேற்றூராயின் போனவிடத் தும் காதலி யூரேயாயினும், பெரும்பாலும் தன் மனையிலேயே அதை வைத்துக் கொள்வன். "உற்றார்க் குரியர் பொற்றொடி மகளிர்" என்பதாலும்.

***"உயிரினும் சிறந்தன்று நாணே நாணினும் செயிர்தீர்***
***காட்சிக் கற்புச்சிறந் தன்று"*** **(தொல். களவு. 22)**

என்பதாலும், காதலியின் பெற்றோர் காதலனை ஒப்புக்கொண்டு, அவன் வதுவை மணத்தைத் தம் மனையில் நடத்த விரும்பின், அவ் விருப்பம் நிறைவேறுவதுமுண்டு. யார் மனையில் வதுவை நிகழினும், வதுவைக்கு முன் மணமகள் காலில் அவள் பெற்றோரால் அணியப்பட்டிருந்த சிலம்பை நீக்குதற்கு ஒரு சடங்கு செய்யப்படும். அது 'சிலம்புகழி நோன்பு' எனப்படும்.

இதை,

***"நும்மனைச் சிலம்பு கழீஇ அயரினும்***
***எம்மனை வதுவை நன்மணங் கழிகெனச்***
***சொல்லின் எவனோ மற்றே வென்வேல்***
***மையற விளங்கிய கழலடிப்***
***பொய்வல் காளையை யீன்ற தாய்க்கே"*** (399)

என்னும் ஐங்குறுநூற்றுச் செய்யுளால் அறியலாம்.

இது, உடன்கொண்டுபோன காதலன் மீண்டு வந்து, தன் காதலி யைத் தன் இல்லத்திற்குக் கொண்டு சென்ற விடத்து, அவன் தாய் அவளுக்குச் சிலம்புகழி நோன்பு செய்கின்றாளெனக் கேட்ட நற்றாய் (பெற்ற தாய்), அங்கு நின்றும் வந்தார்க்குச் சொல்லியது.

(நும் - உம். சிலம்பு - தண்டை. கழீஇ - கழித்து. அயரினும் - கொண்டாடி னாலும். கழிகென - நடக்கவென்று. எவனோ - என்ன. வென் - வெற்றி. மையற - குற்றம் நீங்க, கழல் - வீரக்காலணி, காளை -

வீரனாகிய காதலன்).

கரணமின்றியும் கணவனும் மனைவியுமாக இரு காதலர் இசைந்து வாழக் கூடுமாயினும், கரணத்தொடு தொடங்கும் இல்லறமே எல்லாராலும் போற்றப்படுவதாம்; அ∴தில்லாக்கால், அது வைப்பு என இழிந் தோராலும் தூற்றப்படுவதே.

காதலர் வாழ்வு களவொழுக்கத்தோடு தொடங்கின் மெய்யுறு புணர்ச்சியும், அல்லாக்கால் உள்ளப்புணர்ச்சிமாத்திரையும், கற்பிற்கு முன் பெறுபவராவர்.

பெற்றோரும் பிறரும் முடித்து வைக்கும் திருமணத்திலும் மண மக்கள் இருவர்க்கும் காதலுண்டாகலா மெனினும், காதல் மணமென்று சிறப்பித்துச் சொல்லப்பெறுவது ஓர் ஆடவனும் ஒரு பெண்டும் தாமாக வாழ்க்கை ஒப்பந்தஞ் செய்துகொள்வதே.

**மடலேற்றம்**

முதுபழங்காலத்தில், ஒரு கடுங்காதலன் அல்லது காதற்பித்தன் அவன் காதலியை மணத்தற்கு அவள் பெற்றோர் இசையாவிடின், அவளைப் பெறுதற்கு மடலேற்றம் என்னும் உயிர்ச்சேதத்திற் கிடமான ஒரு வன்முறையைக் கையாள்வதுண்டு. அது இக்காலத்துச் சத்தியாக்கிரக மென்னும் பாடுகிடப்புப் போன்றது.

மடலேறத் துணிந்த காதலன், நீர்ச்சீலை ஒன்றேயுடுத்து உடம் பெலாஞ் சாம்பற்பூசி எருக்கமாலையணிந்து, தன் காதலியின் ஊர் நடுவே தவநிலையிலமர்ந்து, அவள் உருவை வரைந்த ஒரு துணி யைக் கையிலேந்தி, அதை உற்றுநோக்கிய வண்ணமாய் வாளாவி ருப்பன். அதனைக் கண்ட அவ் வூரார் "நீ ஆய்வு (சோதனை) தருகின்றாயா?" எனக் கேட்பர். அவன் "தருகின்றேன்" எனின், பனங்கருக்கு மட்டையாற் செய்த ஒரு பொய்க் குதிரையின்மேல்

அவனையேற்றித் தெரு நெடுக இழுத்துச் செல்வர். அங்ஙனம் இழுக்கும் போது, அவன் உடம்பிற் கருக்கறுத்துக் காயம் பட்டவிடமெல்லாம் வெளுத்துத் தோன்றின், அவனுக்கு அவன் காதலியை மணமுடித்து வைப்பர்; அல்லாக்கால் வையார். இது காதலர் தாமாகக் கூடுவதன் றாயினும், ஒருபுடை யொப்புமைபற்றி இங்குக் கூறப்பட்டது.

**காதற் பாட்டுகள்**

இவ் வுலகிற் சிறந்தது இல்லற இன்பம். அதிலும், காதலர் நுகர்வது கரையற்றது. அவர் ஓரூரராயும் ஒருவரையொருவர் முன்னறிந்தவராயும் இருக்க வேண்டுமென்னும் யாப்புறவில்லை. "கருங்கடலுப்பிற்கும், கருமலை நாரத்தைக்கும் தொந்தம்" ஏற்படுவதுபோல்,

நெட்டிடைப்பட்ட இருவர் ஓரிடத்து ஒருவரையொருவர் கண்டு காதலிக்கவும் நேரும். அத்தகை நிலைமை வாய்ந்த ஒரு காதலன் கூற்றாகவுள்ள பாட்டொன்று வருமாறு :

*"யாயும் ஞாயும் யாரா கியரோ*
*எந்தையும் நுந்தையும் எம்முறைக் கேளிர்*
*யானும் நீயும் எவ்வழி அறிதும்*
*செம்புலப் பெயனீர் போல*
*அன்புடை நெஞ்சம் தாங்கலந் தனவே."* (குறுந். 40)

(யாய் - என் தாய், ஞாய் - உன் தாய். எந்தை - என் தந்தை. நுந்தை - உன் தந்தை. கேளிர் - உறவினர். செம்புலப்பெயல்நீர் போல - சிவந்த நிலத்திற் சேர்ந்த நீரும் சிவப்பது போல.)

இனி, ஒரு காதலி கூற்றாக வுள்ள பாட்டொன்று வருமாறு :

*"இராமழை பெய்த ஈரல் ஈரத்துள்*
*பனைநுகங் கொண்டு யானையேர் பூட்டி*
*வெள்ளி விரைத்துப் பொன்னே விளையினும் வேண்டேன்*
*பிறந்தகத் தீண்டிய வாழ்வே செங்கேழ் வரகு பசுங்கதிர் கொய்து*
*கன்று காத்துக் குன்றில் உணக்கி*
*ஊடுபதர் போக்கிமுன் உதவினோர்க்கு குதவிக்*
*காடுகழி இந்தனம் பாடுபார்த் தெடுத்துக்*
*குப்பைக் கீரை உப்பின்றி வெந்ததை*
*இரவல் தாலம் பரிவுடன் வாங்கிச்*
*சோறது கொண்டு பீறல் அடைத்தே*
*ஒன்றுவிட் டொருநாள் தின்று கிடப்பினும்*
*நன்றே தோழிநம் கணவன் வாழ்வே."*

(நுகம்-நுகத்தடி. ஈண்டிய-செல்வமிகுந்த. உணக்கி-காயவைத்து. இந்தனம்-விறகு. பாடு-விழுதல். தாலம்-உண்கலம். பரிவு-வருத்தம்.பீறல்-சேலைக்கிழிவு).

**(3) கவர்வு மணம்**

கவர்வு மணமாவது, ஒரு பெண்ணைப் பெற்றோரிசைவும் அவள் இசைவுமின்றி, வலிந்து பற்றுதல்.

அது, ஊருக்கு வெளியே தனித்து நிற்கும் ஓர் இளம்பெண்ணை, வேற்றூரான் ஒருவன் வலிந்து பற்றிக்கொண்டு போய், அவளை மனைவி யாகக் கொள்வது போன்றது.

ஒரு மறக்குடிப் பெண்ணை மணக்க விரும்பிய வேந்தன், அக் குடியார் அதற்கிசையாவிடத்து, பெரும் படையொடு சென்று அவரோடு போர் புரிவதுண்டு. அம் மறவர் தம் குடியின் மானத்தைக் காத்தற்கு அஞ்சாது எதிர்ப்பர். இது மகட்பாற் காஞ்சி எனப்படும்.

*"நிகர்த்துமேல் வந்த வேந்தனொடு முதுகுடி*
*மகட்பா டஞ்சிய மகட்பா வானும்"*

(புறத்திணையியல், 24)

என்று தொல்காப்பியர் கூறியது இதுவே. இதனையே, மறம் என்னுங் கலம்பகவுறுப்பு, அரசன் பெண்கேட்டு விடுத்த திருமுகத்தைக் கொணர்ந்த தூதனை நோக்கி, மறவர் எச்சரித்தும் அச்சுறுத்தியும் விடுப்பதாகக் கூறும்.

ஒரு மணப்பெண்ணின் அழகைப் பழிக்கும்போது, "அவள் என்ன ஒரு பெரிய சிறையா?" என்று பெண்டிர் கூறும் வழக்கம், ஒரு காலத்திற் பேரழகுடைய பெண்கள் வலியோராலும் அரசாலும் சிறைபிடிக்கப் பட்டமையை உணர்த்தும்.

ஓர் அரசன், தன் பகையரசனை வென்று அல்லது கொன்று, அவனுடைய தேவியரைச் சிறைபிடித்து வந்து வேளம் என்னும் சிறைச் சாலையில் இட்டு அவமானப்படுத்துவது, கவர்வு மணத்தின் பாற்படாது.

## 2. குலமுறை பற்றியது

பண்டைமுறைத் தமிழ் மணங்கள், குலமுறைபற்றி அகமணம் (Endogamy), புறமணம் (Exogamy) என இருவகைப்படும்.

அகமணமாவது, ஒரு குலத்தார் தம் குலத்திற்குள்ளேயே மணத்தல்; புறமணமாவது ஒரு குலப் பிரிவார் தம் பிரிவிற்குள் மணவாது வேறொரு பிரிவில் மணத்தல்.

இன்றுள்ள குலங்களுள், கலப்புக் குலங்கள் தவிர ஏனைய வெல்லாம் அகமணத்தனவே. திணைமயக்கம் ஏற்படுமுன் குறவர், ஆயர், வேட்டுவர், உழவர், நுளையர் (செம்படவர்) எனத் தமிழர் ஐந்திணை மக்களாய் வெவ்வேறு நிலத்தில் வாழ்ந்தபோது, அவர்க்குள் பெரும்பால் வழக்கமாய் நிகழ்ந்தது அகமணமே.

குலப்பிரிவுகள் நாடு, ஊர், குலம், கூட்டம், கிளை, வகுப்பு, இல்லம், கரை முதலியனவாகப் பல்வேறு திறப்படும்.

*"நாடும் ஊரும் இல்லும் குடியும்*
*பிறப்பும் சிறப்பும்"* (1060)

என்பது தொல்காப்பியம்.

சேலம் மாவட்டத்துச் சேர்வராயன்மலை, பச்சைமலை, கொல்லிமலை முதலிய மலைகளில் வாழும் தமிழ் மலையாளிக் குலத்தில், (1) பெரிய மலையாளி, (2) பச்சை மலையாளி, (3) கொல்லி மலையாளி என்னும் மூன்றும் உட்குலங்கள். இவற்றுள், கொல்லி மலையாளி என்னும் உட்குலத்தில் (1) முந்நாட்டு மலையாளி, (2) நால்நாட்டு மலையாளி, (3) அஞ்சூர் மலையாளி என்னும் நாட்டுத் தொகுதியில், (1) மயிலம், (2) திருப்புலி, (3) இடப்புலி, (4) பிறகரை, (5) சிற்றூர் என்னும் ஐந்தும் நாடுகள் என்னும் உட்பிரிவுகள். இவற்றுள், சிற்றூர் என்னும் நாட்டில், (1) பீலன், (2) மூக்காண்டி, (3) பூசன், (4) மாணிக்கன், (5) திருவிச்சி, (6) கண்ணன், (7) திலலான் என்னும் ஏழும் வகுப்புகள் என்னும் உட்பிரிவுகள். இவற்றுள் முன் ஐந்தும் ஒரு தொகுதித் தாயாதி வகுப்புகள்; பின் இரண்டும் மற்றொரு தொகுதித் தாயாதி வகுப்புகள். இவ் இரு தொகுதிகளுள் ஒவ்வொன்றும் அடுத்த தொகுதியுளன்றித் தன் தொகுதியுள் மணப்பதில்லை. இது புறமணமாம்.

கொங்குவேளாளர் குலத்தின் உட்பிரிவுகளான, தூரங்குலம் செம் போத்தங்குலம், ஆந்தைக்குலம் முதலிய இருபத்திரண்டு குலங்களும், புறமணத்தனவாம். இக் குலங்கள் கூட்டமெனவும்படும்.

ஒரே குலத்துள் தொடர்ந்து மணங்கள் நடைபெறுவதால் விளை யும் கேட்டை விலக்குதற்கே, குலப்பிரிவுகட்குப் புறமணம் விதிக்கப் பட்டதாகத் தெரிகின்றது.

அரசர் பிறகுலத்தில் தாம் பெண்கொண்டாலும், தம் மகளிரைப் பிறகுலத்தார்க்குக் கொடுப்பதில்லை. இது உயர்மணத்தின் (Hypergamy) பாற்படும்.

## 3. மணமக்கள் தொகை பற்றியது

மணமக்கள் தொகைபற்றி, தமிழ் மணங்கள் (1) ஒரு மனையம் (Monogamy), (2) பல்மனையம் (Polygamy), (3) பல்கணவம் (Polyandry) என மூவகைப்படும்.

ஒரு காலத்தில் ஒரே மனைவியுடைமை ஒருமனையம்; ஒரே காலத்தில் பல மனைவியருடைமை பல்மனையம்; ஒரே காலத்தில் பல கணவருடைமை பல்கணவம்.

பண்டைக் காலத்தில், பல அரசரும் தலைவரும், பல்மனையத் தைத் தழுவியதுடன் பொதுமகளிராகிய பரத்தையருடனும் தொடர்பு கொண்டிருந்தனர். பரத்தையருள், வேறாக ஓர் இல்லத்தில் இருப்பவள் இற்பரத்தை யென்றும், பரத்தையர் சேரியில் இருப்பவள் சேரிப்பரத்தை யென்றும், சேரிப்பரத்தையருள் சிறந்து காதலிக்கப்படுபவள் காதற் பரத்தையென்றும் சொல்லப்படுவர்.

பரத்தையர் போன்றே பொதுமகளிராயுள்ள இன்னொரு வகுப்பார் கணிகையர் (கூத்தியர்) என்பார். காலங்கணித்தாடுபவர் கணிகையர். அவர் நாடகக் கணிகையர் கோயிற் கணிகையர் என இருசாரார்.

இனி, பொதுமகளிரல்லாது, கரணமின்றி மனைவியர்போல் வைத்துக் கொள்ளப்படும் வைப்பு என்னும் மகளிருமுண்டு. அவர் கன்னியராகவோ கட்டுப்பட்டவராகவோ கைம்பெண்டிராகவோ இருக்கலாம்.

பண்டைத்தமிழர் பொதுவாகப் பண்பாட்டிலும் பல்துறைப்பட்ட நாகரிகத்திலும் சிறந்திருந்தாரேனும், பெண்ணின்பத்துறையில் பெரும் பாலும் நெகிழ்ந்த நெறியுடையராகவே யிருந்தனர். அரசர் கட்டுமட் டின்றிச் சிற்றின்பத்தை நுகர்ந்து வந்ததினாலேயே, உலா, மடல், காதல் முதலிய அகப்பொருட் பனுவல்களும் (பிரபந்தங்கள்) பரத்தையிற் பிரிவு என்னும் கோவைக் கிளவிக்கொத்தும் இடைக்காலத் தெழுந்தன. மேனாட்டார் இந் நாவலந் தேயத்திற்கு வந்த பின்பே, இந் நெறிதிறம்பிய நிலை திருந்தத் தொடங்கிற்று.

பல்கணவம் பெண் பஞ்சத்தாலும் பெண்கொலையாலும் ஏற்படுவது. அது இன்று நீலமலைத் தொதுவரிடையே உள்ளது.

#### 4. மணமகள் நிலை பற்றியது

மணமகள் நிலைபற்றி, தமிழ் மணங்கள். (1) கன்னி மணம், (2) கட்டுப்பட்டவள் மணம், (3) கைம்பெண் மணம் என முத்திறப்படும்.

கன்னி மணம், ஒரு கன்னிப் பெண்ணைப் புதிதாக மணத்தல்; கட்டுப் பட்டவள் மணம், ஒரு முறை மணக்கப்பட்டுத் தீரப்பட்டவளை மணத்தல்; கைம்பெண் மணம், கணவனை

யிழந்தவளை மணத்தல். இவற்றுள் பின்னவை யிரண்டும் இழிந்தோர் மணமாகவும் இடைத் தரத்தோர் மணமாகவும் இருந்துவந்திருக்கின்றன.

ஒரு முறை மணக்கப்பட்டவளை மறுமணஞ் செய்தல் சிறப்பில் லாததாகக் கருதப்படுவதால், கட்டுப்பட்டவள் மணத்தில் மணமுழா (கலியாண மேளம்) இன்றியே தாலி கட்டப்படுவதுமுண்டு. அது கட்டுத் தாலியென்றும், மணமுழவு உள்ளது கொட்டுத்திருமணம் என்றும் பெயர் பெறும். கைம்பெண் மணம் பெரும்பாலும் கட்டுத்தாலியாகவேயிருக்கும்.

(2) **இலக்கணப் பாகுபாடு**

இனி, தமிழிலக்கண நூல்கள், மணமக்களின் காதல்நிலைபற்றித் தமிழ் மணங்களை, (1) கைக்கிளை, (2) அன்பினைந்திணை, (3) பெருந் திணை என மூவகையாக வகுத்துக் கூறும்.

கைக்கிளையாவது, ஆடவன் பெண்டு ஆகிய இருவருள்ளும் ஒருவருக்கே காதல் இருப்பது; அன்பின் ஐந்திணையாவது, அவ் இருவருக்கும் காதல் இருப்பது; பெருந்திணையாவது, அவ் இருவருக்கும் காதல் இல்லா திருப்பது அல்லது ஒருவரையொருவர் வலிந்துகொள்வது. இம் மூன்றும், முறையே ஒருதலைக் காமம், இருதலைக் காமம், பொருந்தாக் காமம் என்றும் சொல்லப்பெறும். கை என்பது பக்கம். கிளை என்பது நேயம். ஆகவே கைக்கிளை என்பது ஒருதலைக் காதல். ஐந்திணை என்பன, குறிஞ்சி, முல்லை,

பாலை, மருதம், நெய்தல் என்னும் ஐந்நிலங்கள். குறிஞ்சி மலையும் மலைசார்ந்த இடமும் முல்லை மலையற்ற செடியுங்காடும் புல்வெளியும்; பாலை நீரும் நிழலுமின்றி வற்றி வறண்ட இடம்; மருதம் நீர்வளமும் நிலவளமும் ஒருங்கே யுள்ள வயல்நாடு; நெய்தல் கடலும் கடற்கரையும். இவ் ஐந்நிலங்கட்கும் பொதுவாகக் கொள்ளப்பட்டதினால், இருதலைக் காதல் அன்பின் ஐந்திணை யெனப்பட்டது.

பெருந்திணை பெரும்பகுதி மக்கள் மணமுறைகளும் பெரும் பாலனவற்றைத் தன்னுள் அடக்கி நிற்பதால், பொருந்தாக் காமம் பெருந்திணை யெனப்பட்டது. கவர்வு மணங்களும், இயற்கைக்கு மாறான எல்லாப் புணர்ச்சி வகைகளும், பெருந்திணையே. காதலொடு பொருந்தாமையும் நெறியொடு பொருந்தாமையும்பற்றி, பெருந்திணை பொருந்தாக் காமம் எனப்பட்டது.

கைக்கிளைக்கும் பெருந்திணைக்கும் நிலமில்லாதபடி, ஐவகை நிலங்களையும் நடுநாயகமான அன்பின் ஐந்திணைக்கே உரிமையாக்கி விட்டதனால், மக்கட்கு நலம் பயவாத ஏனை யிருமண

முறைகளும் இந் நிலவுலகத்தில்லாது நீங்கல் வேண்டும் என்பது, முன்னைத் தமிழிலக்கண நூலாரின் கருத்தாகும்.

மணமக்களின் இசைவைக் கேளாது பெற்றோரே முடித்து வைக்கும் திருமணங்களில், மணமகனுக்கு அல்லது மணமகளுக்கு மட்டும் காதல் இருப்பின், அது கைக்கிளை மணமாம்; இருவருக்கும் இருப்பின், அது அன்பின் ஐந்திணையாம்; ஒருவருக்கும் இல்லாவிடின், பெருந்திணையின் பாற்படுவதாம்.

மணமக்கள் இருவருள் ஒருவருக்கு மட்டும் காதல் இருக்கும் போது, ஏனையவரும் எதிர்ப்பின்றி இசைந்திருந்தால்தான், அது கைக்கிளை மணமாகும். அல்லாக்கால் அது பெருந்திணையே. ஒருதலைக் காமம் என்பது காதலின்றியும் இசைந்துவரும் பெண்ணை ஆடவனும் ஆடவனைப் பெண்ணும் மணப்பதே யன்றி, இசையாப் பெண்ணையும் ஆடவனையும் வலிதில் மணப்பதன்று.

ஒருதலைக் காமம் என்னும் முறையில் கைக்கிளையும், பெருந் திணையும் ஒக்குமேனும், முன்னது நெறிப்பட்டதென்றும், பின்னது நெறிதிறம்பியதென்றும், இவற்றின் வேறுபாடறிதல் வேண்டும்.

காமவுணர்ச்சியில்லாச் சிறுமியிடத்தும், காமவுணர்ச்சியிருந்தும் தன்மேற் காதல் கொள்ளாப் பருவப்பெண்ணிடத்தும், ஒருவன் காதல் மொழிகளைக் கூறி இன்புறுவது கைக்கிளைக் குறிப்பேயன்றிக் கைக்கிளை மணமாகாது.

இருதலையுங் காதலுள்ளவிடத்தும், முதியாளொடு கூடுதலும், கூட்ட இடையீடுபாட்டால் ஏற்படும் காமப் பித்தமும் கழிநெஞ்சழிவும், பெருந்திணையென்று கூறப்பட்டிருப்பதால்; விண்ணின்பத்தை யொத்த தொரு பெண்ணின்பத்தை மண்ணுலகோர்க்கு வகுத்தனர் முன்னைத் தமிழ் இலக்கணியர் என்க.

இத்தகைய இன்பம் மிகமிக அரிதாய் ஒருசிலர்க்கே கிட்டுவதாயினும், அதை ஓர் அளவையாகக்கொண்டு கூறியது 'புலனெறி வழக்கம்' எனப்படும்.

### 2. மணத்தொகை

பண்டைத் தமிழ் மணங்கட்கு இத்துணை என்னுந் தொகை வரம்பில்லை. மணப்பருவம் மணமகனுக்குப் பதினாறாண்டென்றும், மணமகளுக்குப் பன்னீராண்டென்றும், நூல்கள் கூறும்.

பண்டைக் காலத் தமிழ்மக்கள் எத்துணை வலிமை மிக்கவராய் இருந்திருப்பினும், நூல்களில் மணமக்கட்குக் குறிக்கப்பட்ட பருவம் முந்தியதே. அக் காலத்தில் திருமணச் சட்ட வரம்பின்மையாலும், இன்பச் சிறப்பொன் றையே மக்கள் கருதியதாலும், இளமை முதல் முதுமைவரை எத்துணை மணஞ்செய்ய முடியுமோ அத்துணை மணஞ் செய்தற்கு அன்று இடமி ருந்தது. ஆயினும் சில அரசரும் கீழோருமே இந் நிலையை மிகுதி யாய்ப் பயன்படுத்தினர். பெண்டிர்க்குக் காமநுகர்ச்சிப் பருவம் பன்னீ ராண்டு முதல் நாற்பதாண்டுவரை என்பது நூன்மரபு.

பெண்ணின் ஐந்தாண்டு முதல் நாற்பதாண்டு வரைப்பட்ட பருவத் தைப் பின்வருமாறு எழுநிலையாக இலக்கண நூல்கள் வகுத்துக் கூறும்.

| | | | |
|---|---|---|---|
| (1) பேதை | 5- 7ஆண்டு | (5) அரிவை | 20-25 ஆண்டு |
| (2) பெதும்பை | 8-11 ஆண்டு | (6) தெரிவை | 26-31 ஆண்டு. |
| (3) மங்கை | 12-13 ஆண்டு | (7) பேரிளம்பெண் | 32-40 ஆண்டு |
| (4) மடந்தை | 14-19 ஆண்டு | | |

அரசர்க்குச் செல்வச்சிறப்பு, கீழோருக்குத் தீர்வை முறையும் மனைவியர் உழைப்பும், பல்மணஞ் செய்தற்குத் துணையாயிருந்தன.

அக்காலத்தரசர் கண்கண்ட தெய்வங்களாதலின், அவர் பன் மணஞ் செய்தலைத் தடுப்பார் எவருமிலர். ஆதலால், அவர் வழிமுறை மணங்கட்குக் காரணங் காட்ட வேண்டுவதில்லை கீழோர், நோயும் மாதப்பூப்பும் சண்டையும்போலச் சிறு கூட்டத்தடை ஏற்படினும், அதைக் காரணமாகக் காட்டி மறுமணஞ் செய்துகொள்வர். முதல் மனை விக்கு ஓராண்டு பிள்ளையில்லா விடின், உடனே மறுமணஞ் செய்து கொள்வது சிலர் இயல்பு. சிலர், பிள்ளை யிருப்பினும், இருபாலும் இல்லையென்றும் பலரில்லையென்றும் சொல்லிக் கொண்டு, மறுமணஞ் செய்வதுண்டு. இது இன்றும் தொடர்ந்து வருகின்றது.

### 3. மண நடைமுறை

பண்டைத் தமிழ் மணங்கள் பின்வருமாறு நடந்து வந்தன:

#### (1) மணப்பேச்சு

பொதுவாக, ஓர் இளைஞனுக்குப் பதினெட்டாண்டு நிரம்பிய பின், அவன் பெற்றோர் அவன் காமக் குறிப்பறிந்தோ தாமாகக் கருதியோ, பெரும்பாலும் மரபுப்படி ஒத்த குலத்தில் ஒரு பெண்ணைப் பேசி மணஞ் செய்துவைப்பர்.

அம்மான் மகளும் அத்தை மகளும்போல முறைகாரப் பெண்ணாயின் 'உரிமைப்பெண்' என்றும், வேறு செல்வர் வீட்டுப் பெண்ணாயின் 'பெருமைப் பெண்' என்றும் அழைப்பது வழக்கம். உரிமைப் பெண் இல்லாவிடத்தும் அவளை மணவாவிடத்தும், அயலிலேயே மணம் பேசப் பெறும்.

மணப்பேச்சு முன்காலத்தில் ஒரு தொல்லையான கலையாக இருந்துவந்தது. மணமகன் பெற்றோர், மணக்கத் தக்க ஒரு பெண்ணின் பெற்றோரிடம், வள்ளுவன் அல்லது கணியன் குறித்த நன்னாளில், பெரியோரை விடுப்பர். பெற்றோரும் உடன் செல்வதுண்டு. பெண் பேசச் செல்லும் போது, குறி (சகுனம்), நற்சொல் (வாய்ப்புள்), புள் (பறவைநிமித்தம்) முதலியன பார்த்தல் வழக்கம்.

பெண்ணின் பெற்றோர் தம் மகளைத் தர இசைந்தபின் மணமகன் வீட்டார் மணமகனுக்கும் பெண்ணுக்குமுள்ள பொருத்தங்களைக் கணிய (சோதிட) முறைப்படி பல்வேறு வகையிற் பார்ப்பர்.

அப்பொருத்தங்கள், பொதுவாக,

| | |
|---|---|
| (1) நாள் (நட்சத்திரம்) | (6) ஓரை (இராசி) |
| (2) கணம் | (7) கோள் (இராசியதிபதி) |
| (3) எண்ணிக்கை (மாகேந்திரம்) | (8) வசியம் |
| (4) பெண் நீட்சி (ஸ்திரீ தீர்க்கம்) | (9) இணக்கம் (வேதை) |
| (5) பிறவி (யோனி) | (10) சரடு (இரச்சு) |

எனப் பத்து வகைப்படும். இப் பத்து வகையும் ஒருங்கே பெரும்பாலும் பொருந்துவதில்லை. அதனால், பல்வேறு பெண்ணை நாடிப் பல்வேறு ஊர்க்குச் செல்வது வழக்கம். இது மிகுந்த அலைச்சலையும் காலக் கடப்பையும் உண்டு பண்ணும். இதனாலேயே, "ஒரு மணத்திற்கு ஏழு செருப்புத் தேயவேண்டும்" என்னும் பழமொழி எழுந்தது. இனி, மேற் கூறிய பதின் பொருத்தத்துடன், வாழ்நாள், குறிப்பு (பாவகம்), மரம், புள், குலம் என்னும் ஐம்பொருத்தம் பார்ப்பதுமுண்டு.

(2) **மணவுறுதி (நிச்சயார்த்தம்)**

யாரேனும் ஒரு பெண்ணிடம் பதின் பொருத்தமும் அமைந்தி ருப்பின், அல்லது அமைந்திருப்பதாகச் சொல்லப்படின், உறுப்புக் குறையும் நோய்க் குற்றமும் இல்லாவிடத்து, மணமகன் வீட்டாரும் பெண்வீட்டாரும் ஒரு நன்னாளில் பெண்வீட்டில் பலரறிய மணவுறுதி செய்துகொள்வர். அவ் வுறுதிச் சடங்கை உறுதி வெற்றிலை (நிச்சய தாம்பூலம்) என்றும் அழைக்கலாம்.

மணவுறுதிச் சடங்கில், வெற்றிலைபாக்கு, குங்குமம், மஞ்சள் முதலியன வைக்கப்பட்ட ஒரு தட்டில், பெண்வீட்டார் கேட்ட பரிசப் பணமும், பெண்ணிற்கு ஒரு கூறையும் வைக்கப்பெறும். இரு வீட்டாரும் மணப்பெண்ணிற்கு அணியவேண்டிய அணிகளும், திருமணச் செலவில் ஏற்றுக்கொள்ளவேண்டிய பகுதிகளும், அன்றே பேசி முடிவு செய்யப்படும்.

சில சமயங்களில், மணமக்கள் குற்றங்குறைகளை மணமகன் வீட்டாரும், மணமகள் குற்றங்குறைகளை மணமகள் வீட்டாரும், மறைத்து வைப்பதுமுண்டு. திருமணம் இருவர்க்கு வாழ்வை யுண்டு பண்ணும் மங்கலநிகழ்ச்சி யாதலால், அங்ஙனம் மறைத்துவைப்போர் "ஆயிரம் பொய் சொல்லி ஒரு திருமணம் செய்து வை (ஒரு விளக்கேற்றி வை)" என்னும் பழமொழியைச் சொல்லித் தம்மைத் தேற்றிக் கொள்வர்.

(3) **மணவிழா**

i. **முன்னிகழ்ச்சிகள்**

மணவுறுதியான பின், மணத்திற்குரிய சித்திரை, ஆனி போன்ற நல்ல மாதத்தில், திங்கள், அறிவன் (புதன்) போன்ற நல்ல கிழமையில், 2ஆவது 7ஆவது போன்ற நல்ல பக்கத்தில் (திதியில்), புரவி (அசுபதி), சகடு (உரோகணி) போன்ற நல்ல நாளில் (நட்சத்திரத்தில்), நல்ல ஓரையில் (இலக்கினத்தில்) அமையும் மங்கல முழுத்தம் (முகூர்த்தம்) குறிக்கப் பெறும். அதன்பின், மணச்செய்தி காலமும் இடமுங் குறித்து, உற்றார் உறவினர் அனைவர்க்கும் பாக்கு வைத்துச் சொல்லப்பெறும்.

மணமனை, குலமரபுப்படி, மணமகன் வீடாகவோ மணமகள் வீடாகவோ இருக்கும். பொதுவாய், மணமகன் வீட்டில் மணம் நடை பெறும்.

மணமனையில், மணநாளுக்கு முன் 3, 5, 7, 9 ஆகிய ஒற்றித்த நாள்களுள் ஒன்றில், நல்வேளையில் முழுத்தக்கால் நாட்டிப் பந்தல் அல்லது கொட்டகை போடப்பெறும். பந்தல்

அலங்கரிப்பு அவரவர் செல்வ நிலையைப் பொறுத்தது. பந்தலில் வாழை கமுகு கூந்தற் பனைமடல் முதலியன கட்டப்பெறுவதுண்டு. எத்துணை யெளியராயினும் வாழைமரம் தப்பாது கட்டப்பெறும். அது மணமக்கள் மரபு குஞ்சுங் குளுவானுமாய் வழிவழி வாழவேண்டும் என்னுங் குறிப்பையுடையதாகக் கருதப்பெறுவது.

பந்தல் நடுவில் அல்லது அதன் ஒரு கோடியில் மணவறை அமைக்கப்படும். அதன் காலொன்றில் அரசங்கொம்பு கட்டப்பெறும். அதை அரசாணிக்கால் என்பர். பண்டைக்காலத்தில் அரசன் தெய்வ மாகக் கருதப்பட்டதினாலும், 'மன்னன் உயிர்த்தே மலர்தலை யுலகம்' என்பதினாலும், அரசனைக் குறித்தற்கு அரசங்கொம்பை மணவறையில் நட்டி, அதை அரச ஆணிக்கால் என்று அழைத்ததாகத் தெரிகின்றது. மணவறையை அரசாணி மேடை என்பதுமுண்டு.

மணவறையில் பூ, மஞ்சள், குங்குமம், சந்தனம், அரிசி, அறுகு, வெற்றிலைபாக்கு, தேங்காய், முளைப்பாலிகை, விளக்கு, நிறைகும்பம், கோலப்பானை முதலிய மங்கலப் பொருள்கள் வைக்கப்பெறும். கோலப் பானையை ஆயிரங்கண்ணுப் பானையென்றும், அரசாணிப் பானை யென்றும் ஆயிரத்தாழியென்றுஞ் சொல்வதுண்டு. மணமக்கள் குறை வின்றி மங்கலமாய் நீடூழி வாழவேண்டுமென்பதே, மணவறையில் மங் கலப் பொருள்களை வைப்பதின் கருத்து. விளக்குத் தெய்வச் சின்னம்.

மணவினைகள் தொடங்குமுன்பே, மணமகனுக்கும் மணமகளுக்கும், முறையே, வலக்கையிலும் இடக்கையிலும் காப்புநாண் கட்டப்பட்டிருக்கும். மணவிழா முடியும்வரை மணமக்கட்குப் பேயாலும் பிறவற்றா லும் எவ்வகைத் தீங்கும் நேரக்கூடாதென்பதே, அதன் நோக்கம். காப்பு தீங்கு வராமற் காத்தல். முதற்காலத்தில் குளிசம்போற் கட்டப்பட்ட காப்புநாணே, பிற்காலத்தில் அப் பெயருள்ள அணியாக மாறிற்று.

மணநாளில் மணமனையில் மங்கல மணமுழா முழங்கும். உற்றாரும் உறவினரும், மணப்பந்தற்கீழ் வந்தமர்வர். திருமண ஆசிரியன் முழுத்த வேளையில் மணவறையில் வந்தமர்வான். அவன் தமிழப் பார்ப்பானாகவோ, குலத்தலைவனாகவோ இருப்பான். மணமக்களும் நீராடி மஞ்சள் தோய்த்த அல்லது தோயாத புத்தாடையணிந்து, மண மகன் முன்னும் மணமகள் பின்னுமாக, தனித்தனியாக மணவறைக்குக் கொண்டு வரப்படுவர். மணமனை மணமகன் வீடாயின் மணமகளும், மணமகள் வீடாயின் மணமகனும், வேறோர் மனையிலிருந்து மேள தாளத்துடன் அழைத்துவரப்பெறுவர்.

ii. **கரணம்**

திருமண ஆசிரியன் தெய்வ வழிபாடாற்றி, மணமக்கள் பெயரும் மணமும் விளம்பி, விளக்குச் சான்றாக அவர்களைச் சூளிடுவித்து, குங்குமம் மஞ்சளுடன் தட்டிலிட்டுச் சூடங் கொளுத்தப்பட்டுப் பெரியோரால் வாழ்த்தப் பெற்ற தாலியை எடுத்து, மணமகன் கையில் கொடுக்க, அவன் அதை வாங்கிப் பெண்ணின் கழுத்தில் கட்டுவன். அன்று முழவு இடியென முழங்கும். மணமக்கள்மேல் மலர்மாரி பொழியும். அதன்பின் மணமக்கள் மாலை மாற்றிக்கொள்வர். பெரியோர் அறுகும் அரிசியும் மணமக்கள்மேல் இட்டு "அத்திபோல் துளிர்த்து, ஆல்போற் படர்ந்து (தழைத்து), அரசுபோல் ஓங்கி, அறுகுபோல் வேரூன்றி, மூங்கில் போற் சுற்றம் முசியாமல் வாழ்ந்திருப்பீர்" என்றும், 'பகவனருளால் பாங்காயிருந்து பதினாறும் பெற்றுப் பல்லாண்டு வாழ்க'என்றும், பிற வாறும் வாழ்த்துவர். இது 'அறுகிடல்' எனப்படும்.

iii. **பின்னிகழ்ச்சிகள்**

திருமணத்திற்கு வந்தோர்க்கெல்லாம் தேங்காய் பழமும் பாக்கு வெற்றிலையும் சந்தனமும் பகிரப்பெறும். மங்கல மகளிரும் சிறுமியரும் அவற்றொடு மலரும் பெறுவர். அதன்பின் திருமண அவை கலையும். ஆயின், உற்றார் உறவினரெல்லாம் அங்கேயே யிருந்து மணவீட்டார்க்கு மொய்யும் மணமக்கட்கு நன்கொடையும் வழங்குவர். மொய்யெல்லாம் ஓலையில் எழுதப்பெறும். மணமக்கள் பெரியோர் காலில் விழுந்து வணங்குவர்.

அன்று மாலை அல்லது இரவு, ஊர்வலம் நிகழும். மணமக்கள் அவ்வக் குல மரபுப்படி, தேரிலோ, பல்லக்கிலோ, யானை குதிரை மீதோ வலம் வருவர். ஊர்வலம் முடிந்து வீடு சேர்ந்தவுடன், தேங்காயுடைத்தும், மஞ்சள் நீரால் மணமக்கள் பாதங்களைக் கழுவியும், ஆலத்தி யெடுத்தும், கண்ணெச்சில் (கண்திருஷ்டி) கழிக்கப்படும்.

திருமண விருந்து அக்காலத்தில் வேளைக்கணக்கா யிராது, நாட்கணக்காயிருக்கும். எளியர் ஒரு நாளும், செல்வர் ஏழுநாள் வரையும் விருந்தளிப்பர்.

மணமக்கள் பருவம் வந்தோராயின் அன்றே கூட்டப்பெறுவர்.

மணவிழா முடிந்தவுடன், மணமக்கட்குக் காப்புக் கழற்றப்படும்.

மணமானபின், 3ஆம், 5ஆம், 7ஆம், 9ஆம் நாள்களுள் ஒன்றில், மணமக்கள், மணமகன் வீட்டில் மணம் நடந்தால் மணமகள் வீட்டிற் கும், மணமகள் வீட்டில் மணம் நடந்தால்

மணமகன் வீட்டிற்குமாக வீடு மாறுவர். இது மறுவீடு (அல்லது மருவீடு) போதல் எனப்படும். மறுவீடு மணமகள் வீடாயின், அங்கு மணமகனுக்குச் செய்யப்படும் விருந்து, மரு அல்லது மருவு எனப் பெயர் பெறும்.

**மனையறம்**

மணவினைகளெல்லாம் முடிந்தபின், கோவலன் கண்ணகி போலும் செல்வக்குடி மணமக்களை இல்லறத்திற்குரிய பொருள்க ளெல்லாம் இட்டு நிரப்பப்பெற்ற ஒரு தனிமனையில் இருத்துவது மரபு. அது 'மனையறம் படுத்தல்' எனப்படும்.

சின்னாட் சென்றபின், மணமகள் பெற்றோர் மணமகன் வீடு சென்று, தம் மகள் மனையறம் நடத்தும் திறத்தைப் பார்வையிடுவ துண்டு. அது 'வீடு பார்த்தல்' எனப்படும்.

இதுகாறும் கூறியன எல்லார்க்கும் பொதுவான பருவினைச் சடங்கு கள். இனி, அவ்வக் குலமரபிற்கேற்பச் சிறப்பாக நடைபெறும் நுண் வினைச் சடங்குகள் எத்தனையோ பல. விரிவஞ்சி அவை விடுக்கப்பட்டுள.

பண்டைக்கால வதுவைமணம் பற்றிய இரு பாட்டுகள் வருமாறு:

வாயில் மறுத்த தோழிக்குத் தலைமகன் சொல்லியது.

*"உழுந்துதலைப் பெய்த கொழுங்களி மிதவை*
*பெருஞ்சோற் றமலை நிற்ப நிரைகால்*
*தண்பெரும் பந்தர்த் தருமணல் ஞெமிரி*
*மனைவிளக் குறுத்து மாலை தொடரிக்*
*கனையிருள் அகன்ற கவின்பெறு காலைக்*
*கோள்கால் நீங்கிய கொடுவெண் டிங்கள்*
*கேடில் விழுப்புகழ் நாள்தலை வந்தென*
*உச்சிக் குடத்தர் புத்தகல் மண்டையர்*
*பொதுசெய் கம்பலை முதுசெம் பெண்டிர்*
*முன்னவும் பின்னவும் முறைமுறை தரத்தரப்*
*புதல்வற் பயந்த திதலையவ் வயிற்று*
*வாலிழை மகளிர் நால்வர் கூடிக்*
*கற்பினின் வழாஅ நற்பல உதவிப்*

*பெற்றோற் பெட்கும் பிணையை யாகென*
*நீரொடு சொரிந்த ஈரிதழ் அலரி*
*பல்லிருங் கதுப்பின் நெல்லொடு தயங்க*
*வதுவை நன்மணங் கழிந்த பின்றைக்*
*கல்லென் சும்மையர் ஞெரேரெனப் புகுதந்து*
*பேரிற் கிழத்தி யாகெனத் தமர்தர*
*ஓரிற் கூடிய உடன்புணர் கங்குல்*
*கொடும்புறம் வளைஇக் கோடிக் கலிங்கத்*
*தொடுங்கினள் கிடந்த ஓர்புறந் தழீஇ*
*முயங்கல் விருப்பொடு முகம்புதை திறப்ப*
*அஞ்சினள் உயிர்த்த காலை யாழநின்*
*நெஞ்சம் படர்ந்த தெஞ்சா துரையென*
*இன்னகை இருக்கைப் பின்யான் வினவலின்*
*செஞ்சூட் டொண்குழை வண்காது துயல்வர*
*அகமலி உவகையள் ஆகி முகனிகுத்*
*தொய்யென இறைஞ்சி யோளே மாவின்*
*மடங்கொள் மதைஇய நோக்கின்*
*ஒடுங்கீர் ஓதி மாஅ யோளே."* (அகம். 86)

இதன் பொருள்

1-4. உழுத்தம் பருப்பொடு சேர்த்துச் சமைத்த கொழுமையான குழைந்த பொங்கலோடு பெரிய சோற்றுத்திரளையை உண்டல் இடை யறாது நிகழ, வரிசையான கால்களையுடைய குளிர்ந்த பெரிய பந்தற்கீழ்க் கொண்டுவந்து கொட்டிய மணலைப் பரப்பி வீட்டில் விளக்கேற்றி, மாலைகளைத் தொங்கவிட்டு.

5-10. தீய கோள்களின் தொடர்பு நீங்கிய வளைந்த வெண்ணி லாவைக் குற்றமற்ற சிறந்த புகழையுடைய சகடம் (உரோகணி) என்னும் நாள் அடைய, மிகுந்த இருள் நீங்கிய அழகு பொருந்திய விடியற் காலையில், உச்சந்தலையிற் குடத்தையும் கையில் புதிய அகன்ற மொந்தையையும் உடைய, மணஞ்செய்து வைக்கும் ஆரவாரமுள்ள முதிய மங்கல மகளிர் முன்னே தருவனவற்றையும் பின்னே தருவன வற்றையும் முறைப்படி எடுத்தெடுத்துக் கொடுக்க,

11-16. மகனைப் பெற்ற தேமலுள்ள அழகிய வயிற்றினையும் தூய அணிகளையும் உடைய மகளிர் நால்வர் கூடி நின்று, கற்பினின்றும் தவறாது பல நற்பேறுகளைப்பெற்று, உன் கணவன் விரும்பிப் பேணும் விருப்பத்திற் கிடமாகுக என்று வாழ்த்தி, நீரோடு சேர்த்துப் பெய்த குளிர்ந்த இதழ்களையுடைய பூக்கள், அடர்ந்த கரியகூந்தலில் நெல்லோடு விளங்க,

17. நல்ல வதுவை மணம் முடிந்த பின்பு.

18-20. சுற்றத்தார் ஆரவார ஓசையுடன் விரைந்து வந்து, பெரிய மனைக்கிழத்தியாவாய் என்று சொல்லிச் சேர்த்து வைக்க, ஓர் அறையில் உடன் கூடிய புணர்ச்சிக்குரிய இரவில்,

21-26. முதுகை வளைத்துக் கோடிப் புடவைக்குள் ஒடுங்கிக் கிடந்த பக்கத்தைச் சார்ந்து, கட்டியணைக்கும் விருப்பத்துடன் முகத்தை மூடியிருந்த ஆடையை விலக்க, அவள் அச்சத்தோடு மூச்சுவிட்டபோது, உன் உள்ளம் நினைத்ததை ஒளியாது சொல் என்று பின்பு யான் கேட்டதினால், இனிய மகிழ்ச்சியோடு இருக்கையில்,

27-31. மானின் மடத்தோடு செருக்கையுங்கொண்ட பார்வையையும் ஒடுங்கிய குளிர்ந்த கூந்தலையும் உடைய, அம் மாநிறத்தையுடையவள், சிவந்த மணிகள் பதித்த விளக்கமான திரண்ட காதணிகள் காதில் அசைய, உள்ளம் நிறைந்த மகிழ்ச்சியளாகி முகத்தைத் தாழ்த்தி என்னை விரைந்து வணங்கினாள்.

2. உணர்ப்புவயின் வாரா ஊடற்கண் தலைமகன் தன் நெஞ்சிற்குச் சொல்லியது.

*"மைப்புறப் புழுக்கின் நெய்கனி வெண்சோறு*
*வரையா வண்மையொடு புரையோர்ப் பேணிப்*
*புள்ளுப்புணர்ந் தினிய வாகத் தெள்ளொளி*
*அங்கண் இருவிசும்பு விளங்கத் திங்கட்*
*சகடம் மண்டிய துகள்தீர் கூட்டத்துக்*
*கடிநகர் புனைந்து கடவுட் பேணிப்*
*படுமண முழவொடு பரூஉப்பணை யிமிழ*
*வதுவை மண்ணிய மகளிர் விதுப்புற்றுப்*
*பூக்கணும் இமையார் நோக்குபு மறைய*
*மென்பூ வாகைப் புன்புறக் கவட்டிலை*
*பழங்கன்று கறித்த பயம்பமல் அறுகைத்*
*தழங்குகுரல் வானின் தலைப்பெயற் கீன்ற*

*மண்ணுமணி யன்ன மாயிதழ்ப் பாவைத்*
*தண்ணறு முகையொடு வெண்ணூல் சூட்டித்*
*தூவுடைப் பொலிந்து மேவரத் துவன்றி*
*மழைபட் டன்ன மணன்மலி பந்தர்*
*இழையணி சிறப்பிற் பெயர்வியர்ப் பாற்றித்*
*தமர்நமக் கீத்த தலைநாள் இரவின்*
*உவர்நீங்கு கற்பின்எம் உயிருடம் படுவி*
*முருங்காக் கலிங்கம் முழுவதும் வளைஇப்*
*பெரும்புழுக் குற்றநின் பிறைநுதற் பொறிவியர்*
*உறுவளி யாற்றச் சிறுவரை திறவென*
*ஆர்வ நெஞ்சமொடு போர்வை வவ்வலின்*
*உறைகழி வாளின் உருவுபெயர்த் திமைப்ப*
*மறைதிறன் அறியா ளாகி ஒய்யென*
*நாணினள் இறைஞ்சி யோளே பேணிப்*
*பரூஉப்பகை யாம்பற் குரூஉத்தொடை நீலிச்*
*சுரும்பிமிர் ஆய்மலர் வேய்ந்த*
*இரும்பல் கூந்தல் இருள்மறையொளித்தே"*(அகம்.136)

(இ - ள்.)

1-9. நெஞ்சே குற்றமறப் பருப்புடன் கலந்து ஆக்கிய நெய்மிகுந்த வெண் சோற்றை, நீங்காத ஈகைத் தன்மையுடன் உயர்ந்த சுற்றத்தார் முதலியோரை உண்பித்து, புட்குறி இனிதாகக் கூட, தெள்ளிய ஒளியை யுடைய அழகிய இடமகன்ற பெரிய வானம் களங்கமற விளங்க, திங்களைச் சகடம் கூடிய குற்றமற்ற நன்னாளில், மணமனையை அழகு படுத்திக் கடவுளை வழிபட்டு, மண மேளத்துடன் பெரிய முரசம் முழங்க, தலைவிக்கு மணநீராட்டிய மகளிர், தம் கூரிய கண்களால் இமையாது நோக்கி விரைந்து மறைய,

10-18. மெல்லிய பூவையுடைய வாகையின் அழகற்ற பின் புறத்தை யுடைய கவர்த்த இலையை, முதிய கன்று கறித்த பள்ளத்திற் படர்ந்த அறுகின், இடி முழங்கிய வானத்து முதன் மழைக்கு அரும்பிய கழுவிய நீலமணி போலும் கரிய இதழையுடைய பாவையொத்த கிழங்கிடத்துள்ள குளிர்ந்த மணமுள்ள அரும்புடன், சேர்த்துக்கட்டிய வெள்ளிய நூலைச் சூட்டி, தூய புத்தாடையாற் பொலியச் செய்து, விருப்பத்துடன் கூடி, மழை யோசை போன்ற மணவோசை மிகுந்த பந்தலில் அணிகளை மிகுதியாய் அணிந்திருந்ததினால் உண்டான

வியர்வையை விசிறியால் ஆற்றி, அவள் சுற்றத்தார் அவளை நமக்குத் தந்த முதல் நாள் இரவில்,

19-26. வெறுத்தலில்லாத கற்போடுகூடி என் உயிருக்கு உடம்பாக அடுத்தவள், கசங்காத புதுப்போர்வையைத் தன் உடல் முழுதும் போர்த்திக் கொண்டதால், மிகுந்த புழுக்கத்தையடைந்த உன் பிறை போன்ற நெற்றியில் அரும்பிய வியர்வையை, மிகுந்த காற்றுப் போக்கு மாறு, சிறிது திற என்று அன்புமிக்க நெஞ்சத்தோடு போர்வையைக் கவரவே, உறையினின்று உருவிய வாளைப்போல் அவள் உருவம் வெளிப்பட்டு விளங்க, அதை மறைக்கும் வகை அறியாதவளாகி, விரைந்து நாணி விருப்பத்தோடு வணங்கினாள்.

அத்தகைய பேரன்புடையோள் இன்று யாம் பணிமொழி கூறிவேண்டாம் உணராது ஊடுகின்றனள்; ஆதலால் இவள் நமக்கு யாரளோ?

குறிப்பு : 'மைப்பறப் புழுக்கி' என்றும் பாடம். புழுக்கி - அவித்து.

'வானூர் மதியஞ் சகடணைய' என்று சிலப்பதிகாரத்தும் வந்தி ருப்பதால், திங்களைச் சகடணையும் நாள் திருமணத்திற்குச் சிறந்த நன்னாளாகக் கொள்ளப்பட்டதாகத் தெரிகின்றது.

முந்தின பாட்டிற்போன்றே இதிலும், திருமணநாளன்றே மணமக்கள் கூட்டப்பெற்றார் என்று குறித்திருப்பதைக் கவனிக்க.

## II. இடைக்கால மாறுதல்கள்

பிராமணர் பெருந்தொகையினராய்த் தமிழகம் வந்து சேர்ந்த பின், தமிழர் திருமணங்களிற் பல மாறுதல்கள் ஏற்பட்டன.

### 1. பிராமணப்புரோகிதமும் வடமொழிக்கரணமும்

பிராமணர் தேவர்வழி வந்த நிலத்தேவர் (பூசுரர்) என்றும்; அவர் முன்னோர் மொழியாகிய வேதமொழியும் அதனொடு வேதகால இந்திய வட்டாரமொழிகளாகிய பிராகிருதங் கலந்த இலக்கிய மொழியாகிய சமற்கிருதமும், தேவமொழியென்றும்; இரு பெருந்தவறான கருத்துகள் கடைச்சங்க காலத்திலேயே அரசர் உள்ளத்தில் ஆழ வேரூன்றி விட்ட தனால், பிற்காலத்தில் பிராமணப் புரோகிதம் தமிழகத்தில் விரைந்து பரவுவதற்கு மிகுந்த வசதியாயிருந்தது.

பாண்டியன் பல்யாகசாலை முதுகுடுமிப் பெருவழுதியும், சோழன் இராசசூயம் வேட்ட பெருநற்கிள்ளியும், சேரன் பல்யானைச் செல்கெழு குட்டுவனும் போன்ற தமிழ் வேந்தரும் பிற சிற்றரசரும், பிராமணரை நிலத்தேவரினும் மேலாகத் தேவரென்றேகொண்டு, அவர் சொன்னதை யெல்லாம் நம்பி அவர் ஏவியதையெல்லாம் இயற்றி, வடமொழி மந்திரம் வரையிறந்த வலிமையுள்ளதென்றும், இறைவன் செவிக்கு எல்லையற்ற இன்பந்தருவதென்றும், ஆரிய வேள்விகளெல்லாம் தப்பாது ஒருவனை உயர்கதிக்குச் செலுத்தும் என்றும், தெய்வத்தன்மையுள்ள வடமொழி மந்திரத்தைத் தெய்வத்தன்மையுள்ள பிராமணனே ஓதவல்லா னென்றும், பிறர் அதை ஓதினால் அதன் ஆற்றல் கெடுமென்றும், தமிழருள் உயர்ந்தோர்மட்டும் அதைக் காதாற் கேட்கவும் அதனாற் பயன்பெறவுந் தக்கவர் என்றும், தமிழ்மக்கள் நம்புமாறு செய்து விட்டனர். 'மன்னன் எப்படி மன்னுயிர் அப்படி' அன்றோ!

பிராமணர் முதலாவது சிறு தொகையினராயிருந்ததினால், அரசரிடத்துமட்டும் ஆரியக்கரணமும் சடங்கும் ஆற்றிவந்தனர். பின்பு சற்றுத் தொகைமிக்கபின், பெருஞ்செல்வரான பெரு வணி கர்க்கும் ஆற்றிவந்தனர். அதன் பின், தொகை மிகமிகச் சிறு வணிகர்க்கும் உயர் வேளாளர்க்கும் ஆற்றத் தலைப்பட்டனர். அதனால், பெரும்பாலும் ஒவ்வொரு பேரூரிலும் ஒரு பிராமணன் குடியமர அல்லது அமர்த்தப்பட நேர்ந்தது. ஓர் ஊர்க்குப் பொதுவாயி ருந்து அவ் வூரிலுள்ள உயர்ந்தோர் சடங்குகளையெல்லாம் ஆற்றி வந்த பிராமணன், ஊர்ப்பார்ப்பான் எனப்பட்டான். பிராமணன் குடியி ராத ஊர்ச் சடங்குகளை, அடுத்தவூர்ப் பார்ப்பான் வந்து செய்வது வழக்கம்.

## ஆரியக்கரணத்தால் விளைந்த தீமைகள்

### (1) தமிழுக்கும் தமிழனுக்கும் தாழ்வு

வடமொழி வழிபாட்டு மொழியும் சடங்கு மொழியுமாய் வழக்கூன் றியபின், தமிழ் அவற்றிற்குத் தகாததென்று தள்ளப்பட்டுத் தன் பழந் தலைமையை இழந்ததுடன், தாழ்வும் அடைந்தது. வடசொற்களைச் சொன்னால் உயர்வும் தென்சொற்களைச் சொன்னால் தாழ்வும் உண் டாகுமென்ற தவறான கருத்து, தமிழ்மக்கள் உள்ளத்திற் புகுந்ததினால், வடசொற்கள் ஒவ்வொன்றாய் வழக்கிற் புகுந்து, ஆயிரக்கணக்கான தூய தமிழ்ச்சொற்களை வழக்கு வீழ்த்திவிட்டன.

தமிழுக்கு நேர்ந்த தாழ்வு தமிழனுக்கும் நேர்ந்தது. அதனால், பிராமணன் தொட்டதை எல்லாத் தமிழரும் உண்ணலாமென்றும், எத்துணை உயர்ந்த தமிழனாயினும், அவன் தொட்டதைப் பிராமணன் உண்ணக் கூடாதென்றும் கூட்டரவு (சமுதாய) ஏற்பாடுகள் எழுந்தன. இது தமிழன் பொருளியல் வாழ்வை மிகமிகத் தாக்கிற்று.

சில தூய தமிழ்க்குலத்தார், தமிழன் உயர்வையும் வரலாற்றையும் அறியாது, தம்மைச் சத்திரியரென்றும் வைசியரென்றும் சொல்லித் தமக்கு ஆரியத் தொடர்பு கோரவும், சில உயர் வேளாளர் தம்மைச் சற்சூத்திரர் என்றழைத்து, தம்மை உயர்த்துவதுபோற் கருதிக்கொண்டு உண்மையில் தாழ்த்தவும், நிலைமை ஏற்பட்டுவிட்டது.

தமிழருள் உயர்ந்தவராகக் கருதப்பெறும் நெல்லை மரவூண் (சைவ) வேளாளரும் பிராமணருக்குக் கீழ்ப்பட்டுவிட்டதனால், தமிழரெல்லாரும் தாழ்த்தப்பட்டுவிட்டனர். இன்று தாழ்த்தப்பட்டவர் எனப் படுவார் உண்மையில் ஒடுக்கப்பட்டவரே.

### (2) தமிழப் பார்ப்பாருக்குப் பிழைப்பின்மை

பிராமணப் புரோகிதர், உயர்ந்தோரின் அல்லது உயர்த்தப் பட்டோரின், எல்லா மதவியற் சடங்குளையும் ஆற்றும் தகுதியை முற்றூட்டாகப் பெற்றுவிட்டதினால், தமிழப்பார்ப்பார் பலர்க்குப் பிழைப் பில்லாது போயிற்று.

### (3) சிறுதெய்வ வழிபாடு

தமிழருள் உயர்ந்தோர், சிறுதெய்வ வணக்க நிலையும் பெருந் தெய்வ வணக்க நிலையும் கடந்து, முழுமுதற்கடவுள் வணக்க நிலையை அடைந்தவர். அங்ஙனமிருப்பவும், இன்று ஆரியக் கரணத்தால் கதிர வன், திங்கள், வருணன், தீ முதலிய இயற்கைப் பொருள்களையும் கோள்களையும் பூதங்களையும், வணங்கும், முந்தியல் நிலைமைக்குக் கொண்டுவரப்பட்டுவிட்டனர்.

### (4) கற்பிழுக்கக் கூற்று

பிராமணப் புரோகிதன், மணமகனை நோக்கி, "நீ முதல் நாள் திங்களுக்கும் (சோமனுக்கும்), இரண்டாம் நாள் யாழோருக்கும் (கந்தருவருக்கும்), மூன்றாம் நாள் தீக்கும் (அக்கினிக்கும்) உன் மனைவியை அளித்துவிட்டு நாலாம் நாள் அவளை நுகர்வாயாக" என்று கூறும் கரணவுரைப் பகுதி,

*"தெய்வந் தொழாஅள் கொழுநற் றொழுதெழுவாள்*

*பெய்யெனப் பெய்யும் மழை"* (குறள். 55)

என்று கொள்ளும் தமிழன் கற்புணர்ச்சிக்கு மிகமிக இழுக்குத்தருவ தொன்றாம். அதிலும் "திங்கள் நுகர்ந்துவிட்டு யாழோர்க்குத் தர, யாழோர் நுகர்ந்துவிட்டுத் தீக்குத் தர, தீ நுகர்த்துவிட்டு உனக்குத் தர, நீ அவளைப் பெற்று நுகர்வாயாக" என்று மணமகள்மேற் பிறர்க்கு முன்னுரி மையும் மணமகனுக்குப் பின்னுரிமையுந் தோன்றக் கூறுவது, எவ்வகை யினும் ஏற்றுக்கொள்ளத் தக்கதன்று.

வித்துவசன கோலாகலன் என்னும் ஆக்கியாழ்வானுக்கும் ஆளவந்தார்க்கும் குலோத்துங்கச்சோழன் (?) அவைக்களத்தில் நிகழ்ந்த தருக்கத்தில், ஆளவந்தார் மேற்கூறிய கற்பிழுக்கக் கூற்றைச் சான்று காட்டி, சோழன் தேவி கற்பிழந்தவள் என்று நாட்டியபோது, அரசனும் அரசியும் உட்பட அவையோர் அனைவரும் பாராட்டியது, தமிழனுக்கு அழியாப் பழியைத் தருவதாம்.

(5) **வீண் சடங்குகள்**

தீ வலஞ்செய்தல், அம்மி மிதித்தல், அருந்ததி காட்டல் முதலிய பல சடங்குகள் வீணானவையாகும்.

அம்மி மிதித்தல், அகலிகை சாவக்கதையை நினைப்பித்து மணமகளை எச்சரிக்கும் சடங்காகச் சொல்லப்படுகின்றது. அம்மியைத் திருமகள் தங்கும் பொருள்களுள் ஒன்றாகக் கொள்வதினால், அதை மிதிக்கும் வழக்கம் இயல்பாகத் தமிழர்க்கில்லை. அது கட்டுக்கழுத்தி யின் அடையாளமென்று தமிழப் பெண்டிர் கூறுகின்றனர். அம்மியும் குழவியும் தாயையுஞ் சேயையுங் குறித்து மணமகள் மகப்பேற்றை முன்னோக்குவன வென்றும், சிலர் கூறுவதுண்டு. எங்ஙனமிருப்பினும், சமையற்கின்றியமையாத அம்மி உணவுத் தட்டற்ற நல்வாழ்வைக் குறிப்பதென்று கொள்வது குற்றமாகாது. ஏதோவொரு நற்குறிப்பினதாக மணவறையிற் கொண்டுவந்து வைக்கப்பெறும் அம்மிக்கும், அழகிய கோலமிடப்பெறும் ஆயிரங்கண்ணுப் பானைக்கும், பொருத்தமாக ஓர் ஆரியத்தொடர்பு கதைகட்டப்பட்டதாகத் தெரிகின்றது. அகலிகை சாவத்தைக் குறிப்பதற்குப் பொதுவகையான கல் போதுமே! அவள் கல்லாகச் சாவிக்கப் பட்டாள் என்றல்லாது, அம்மியாகச் சாவிக்கப் பட்டாள் என்று கதை கூறவில்லையே! மேலும், கொங்குவேளாளர் திருமணத்தில் மணமனைக்கு வெளியே அம்மி நிறுத்தப்பட்டு, நாட்டுக்கல் எனப் பெயர்பெற்றுப் பூசையுடன் வணங்கப்பெறுகின்றது.

இனி,பிராமணர் திருமணத்தில், மணமகள் ஒரு கல்லை மிதிக்கும் போது, மணமகன் "ஓ பெண்ணே!இக் கல்லை மிதி. இதைப்போல் உறுதியாயிரு. உனக்குத் தீங்கு செய்ய நாடுவாரை அழித்துவிடு.உன் பகைவரை வெல்" என்று மணமகளை நோக்கிக் கூறுவதும், இங்குக் கவனிக்கத்தக்கது.

அருந்ததிகாட்டல் என்பதும் ஆரியத் தொடர்பு கருதியதே. தமிழ மரபுப்படி அருந்ததி தலையாயகற்பரசியல்லள். அவள் தன் கணவனாகிய வசிட்டமுனிவன் ஒழுக்கத்தைப்பற்றி ஐயுற்று, அவனால்விண்மீனாகச் சாவிக்கப்பட்டாள் என்று கதை கூறுகின்றது. தமிழப் பத்தினிப் பெண்டிரோ,'கற்பெனப் படுவது சொற்றிறம் பாமை', என்னுங் கொள்கையினர். ஆதலால், ஆதிமந்தியார்,பூதப்பாண்டியன் தேவியார், கண்ணகியார், ஆரியப்படை கடந்த நெடுஞ்செழியன் தேவியார்,திலகவதியார் முதலிய எத்துணையோ தலையாய தமிழகக் கற்புத் தெய்வங்களிருக்கவும், அவரைவிட்டுவிட்டு அருந்ததியை நினைப் பித்தல், கனியிருப்பக் காய்கவர்ந் தற்றே.

**6)கரணம் விளங்காமை**

மக்கள்ஆறறிவுடையார். அதனால் எதைச் செய்யினும் அறி வோடு செய்தற்குரியர். ஒருவர் வாழ்க்கையில்தலைசிறந்த நிகழ்ச்சி யாயும், இருவர் இன்ப வாழ்விற்கு அடிகோலுவதாயும், பலர் மகிழ்ச்சியுறுதற்குரிய காட்சியாயும், நூற்றுக்கணக்கான மக்கள் வந்து கூடுவதாயும், உள்ள திருமணச்சடங்கைப்புரோகிதனுக்கன்றிப் பொருளொடு ஓதுகின் றானா பொருளில்லாது உளறுகின்றானா என்பதையும் அறியவியலாத நிலையில், இவ் விருபதாம் நூற்றாண்டிலும், குருட்டுத்தனமாக நடத்தி வருவது,நாகரிகத்திற்கும் பண்பாட்டிற்கும் முற்றும் முரணானதாம்.

**2. குலக்கட்டுப்பாட்டு மிகை**

தொழில்பற்றியகுலப்பாகுபாடு தொன்றுதொட்டுத் தமிழகத்தில் இருந்துவந்ததேனும், தமிழ இனம் ஒற்றுமை குலைந்து சின்னபின்ன மாய்ச் சிதைதற்கும், அயலார்எளிதாய்ப் படையெடுத்துவந்து கைப்பற்று தற்கும், வழிவகுத்தது, பிற்காலத்தில் பிறப்பொடுதொடர்புபடுத்தப்பட்ட வருணாசிரம தருமம் என்னும் ஆரியமுறைக் குலப்பிரிவினையால் விளைந்தகுலவெறியே. இதனாலேயே, 'குரங்கானாலும் குலத்திலே கொள்'. 'பழங்காலைத் தூர்க்காதே, புதுக்காலைவெட்டாதே' எனப் பல தீய கொள்கைகள் பிறந்தன. 'திரை கடலோடியுந் திருமிகத் தேடு' என்னும்தாளாண்மை மிக்க நாட்டில், கடல் தாண்டக்கூடாதென்றும், ஆறு தாண்டக்கூடாதென்றும்,கட்டுப்பாடுகள் எழுந்தன.

ஒரேகுலத்திற்குள் திரும்பத்திரும்ப மணஞ் செய்து வந்ததினால் அறிவாற்றல் மிக்க பிள்ளைகள்அருகிப் பிறந்தன.

அண்டாமை,தீண்டாமை, காணாமை முதலிய கூட்டரவுக் கொடுமைகளெல்லாம், இவ் இடைக்காலத்தில்தான்தலைவிரித்துத் தாண்டவமாடின.

### 3. பொருந்தா மணமும் வீண்சடங்கும்

குலவெறி மெல்ல மெல்லச் சுற்றவெறியை உண்டுபண்ணிற்று. ஒரு முறைகாரப் பெண்ணுக்கு அல்லது ஆணுக்கு, எங்கே வேறிடத்தில் மணம் முடிந்துவிடுகின்றதோ என்னும் அச்சத்தினால், பிள்ளைப் பருவத்திலேயே அவர்க்கு மணம் செய்து வைப்பது வழக்கமாய்விட்டது. சிலர் தொட்டிற் குழந்தைக்கும் மணஞ் செய்து வைத்ததுண்டு. அது தொட்டில் மணம் என்னப்பட்டது. ஒருத்தி கன்னியாய் இறந்தால் தீக்கதியடைவாள் என்னும் ஆரியக்கொள்கையும், இளமை மணத்திற்குக் காரணமாயிற்று.

'ஆறிலுஞ் சாவு நூறிலுஞ் சாவு' ஆதலால், மணஞ்செய்து வைக்கப் பட்ட பிள்ளை மணமகன், மணமகள் பூப்படையுமுன் இறந்துவிடுவது முண்டு. அவனால் மணக்கப்பட்ட சிறுமி உண்மையில் அவனை மணந் திராவிட்டாலும், மணந்ததுபோன்றே கருதப்பட்டுக் கைம்பெண்ணாய்விடு வாள். கைம்பெண் மணஞ்செய்யுங் குலமாயின், அவட்கு மண வாழ்க்கை யுண்டு. அதிலும் புதுப்பெண்மையை இழந்தேயிருப்பாள். கைம்பெண் மணஞ்செய்யாக் குலமாயின், அவட்கு மணவாழ்க்கை இல்லவேயில்லை. காலமெல்லாம் அமங்கலியாக, பூப்படைந்தபின் காம வுணர்ச்சி யடக்கும் கரையற்ற துன்பத்திற்கோ கருதப்பட்டு, ஒழுக்கக் கேட்டிற்கோ உரியவளாவாள். பிற பெண்டிர்போல் ஒரு கணவனொடு கூடி வாழவும், பூச்சூடவும், மங்கல வினைகளிற் கலந்துகொள்ளவும், வெளிப்படையாய்ப் பிள்ளை பெறவும் இன்பநுகரவும், உரிமை யற்றவளாய், தன் வாழ்நாள் முழுவதும் உலக வாழ்க்கையை ஒரு சிறைவாழ்க்கையும் அளற்று (நரக) வாழ்க்கையுமாகவே கழித்து, சொல்லொணாத துன்புறுவாள்.

பிள்ளை மணமகன் தன் சிறு மனைவி பூப்படைந்து தன்னொடு கூடிவாழும்வரை இறவாதிருப்பினும், நீடித்துவாழும் நிலைமையில் லாக்கால், மேற்கூறிய துன்பங்களே நேரும். பூப்படைந்தபின்னரே மகளிர்க்கு மணஞ் செய்துவைப்பின், இத்தகைய துன்பங்களினின்று பெரும்பாலும் தப்பியுய்வர்.

பிள்ளைப் பருவத்தில் மணஞ்செய்து வைப்பதால், மனைவி பூப்படைந்தவுடன் கணவனொடு கூடிவாழ நேரும். உடல் முழு வளர்ச்சி யடையுமுன் கருக்கொள்ளும் மகளிர், தலைமகப் பேற்றில் இறந்து விடுவதுமுண்டு. அங்ஙனம் இறவாதிருப்பினும், பிறக்கும் பிள்ளை உரனுள்ளதாயும் நீடு வாழியாயும் இருப்பதில்லை; தாயுடலும் தளர்ந்து விடுவதுண்டு;

பூப்படையுமுன் மணஞ்செய்து வைத்தாலும் பூப்படைந்தவுடன் மணஞ்செய்து வைத்தாலும், மகளிரின் இளமையைப் பொறுத்த வரை யில், இரண்டும் ஒன்றே. பூப்படைந்தவுடன் எல்லா மகளிர்க்கும் காம வுணர்ச்சி ஏற்பட்டுவிடுவதில்லை. இதனால், மணம் நிகழ்ந்த பின்பும் கூட்டநாள் தள்ளிவைக்கப்படுகின்றது. இது சேர்வு மணம் (சாந்தி கலியாணம்) அல்லது சேர்வு முழுத்தம் (சாந்தி முகூர்த்தம்) என்னும் வீண் சடங்கிற்குக் காரணமாயிற்று.

காமக் குறிப்பும் சேர்க்கைத் துணிவும் இல்லாத இளம்பருவ ஆணிற்கும் பெண்ணிற்கும் மணஞ்செய்து வைப்பதினாலேயே, அவற்றை அவர்க்கு ஊட்டும்பொருட்டு, நலங்கிடல், உணவூட்டல், வெற்றிலை மடித்துக் கொடுத்தல், அப்பளந்தட்டல், ஒற்றையா இரட்டையா பிடித்தல், பூச்செண்டெறிதல், எழுத்தாணியெடுத்தல், ஒளிந்து விளையாடல், மோதிரம் எடுத்தல், பிள்ளையார் அல்லது பொம்மை கொடுத்தல், ஊஞ்சலாடல், கோபித்துக்கொண்டு போன மணமகனை அழைத்துவரல், மஞ்சள் நீராடல் முதலிய பல வீணான சடங்குகள் ஏற்பட்டன. மணவாழ்க்கைக்கேற்ற வளர்ச்சியடைந்த பருவத்தில் மக்கட்கு மணஞ்செய்து வைத்தால், அவர் பிறர் துணை யின்றித் தாமாகவே கூடி வாழ்வர்.

சில தமிழக்குலத்தார் மணவறையில் திரைகட்டித் தாலி கட்டுவது, மகமதியர் இந் நாட்டிற்கு வந்தபின் ஏற்பட்ட பயனற்ற செயலாகும்.

இனி, வளர்ச்சியடைந்த மக்கட்கு மணஞ்செய்து வைத்தவிடத்தும், அவர் விருப்பத்தைக் கேளாது பெற்றோர் தம் விருப்பப்படியே இசை யாத இளைஞனையும் இளைஞையையும் இணைத்து வைத்து, பின்பு அவர் துன்புறும்போது 'தாரமுங் குருவுந் தலைவிதி' என்றும், 'கழுத்தில் விழுந்த மாலை கழற்ற முடியாது' என்றும், 'அடுப்பில் வைத்த கொள்ளி எறிந்துதான் தீரவேண்டும்' என்றும், கூறுவது அவர் மடமையைக் கோடிட்டுக் காட்டுவதே யாகும்.

இனி மணமக்களின் ஒத்த வளர்ச்சியை ஒருசிறிதும் கவனியாது, ஒரு சிறுவனுக்கு ஒரு பெரும் பெண்ணை மணஞ்செய்து வைத்து மாமனே அவளுக்குக் கணவனாவதும், ஒரு முழு வளர்ச்சியடைந்த முரடனைக் கண்டு அஞ்சிச் சாகுமாறு, அவனுக்கு ஒரு மங்கைப் பருவத்து மெல்லியளை மணம் புணர்ப்பதும், இடைக்காலத்து நிகழ்ந்து வந்த கொடுஞ் செயல்களாம்.

பழஞ்சேர நாடாகிய மலையாள நாட்டில், பூப்பின்முன் 'தாலிகட்டு' என்னும் பொய் மணமும், பூப்பின்பின் 'சம்பந்தம்' என்னும் மெய்ம் மணமும், ஆக இருமணம் ஒவ்வொரு பெண்ணிற்கும் சில குலத்தில் நேர்ந்ததற்குக் காரணம் ஆரியமே.

## III. **திருமணச் சீர்திருத்தம்**

### 1. **சீர்திருத்த இயக்கம்**

இடைக்காலத்தில் தமிழ் மரபிற்கொவ்வாத பல ஆரிய முறைகளும் சடங்குகளும் தமிழ் மணங்களிற் கலந்துவிட்டதனாலும், அவற்றால் தமிழுக்கும் பல தீமைகள் விளைந்ததினாலும்,

அவற்றைக் களைந்து தமிழ் மணத்தைத் திருத்தற்குப் பல சீர்திருத்தத் தலைவர் தோன்றினர். அவருள் நாயகமானவர் நால்வர். அவராவார் :

(1) **சித்தூர் மார்க்கசகாய ஆச்சாரியார்**

இவர் சென்ற நூற்றாண்டில் சித்தூர் மாவட்டத்தில் தோன்றியவர்; பொற்கொல்லர் வகுப்பினர்; வடமொழி வேத இதிகாச புராணங்களை நன்றாய்க் கற்றவர். இவர், கம்மாளர் விசுவப்பிராமணர் என்றும், வட மொழி வேதப்படி விசுவப்பிராமணரே திருமணம் நடத்திவைக்க வேண்டுமென்றும். பிராமணர் மக்களை ஏமாற்றித் தொன்றுதொட்டு நடந்துவந்த முறையினை இடையில் மாற்றிவிட்டனரென்றும், போராடி, ஒரு திருமணத்தை வடமொழியில் நடத்தி வைக்கத் தொடங்கியபோது, பஞ்சாங்கம் குண்டையர் என்னும் பிராமணப் புரோகிதர் வந்து தடுத்தார். மார்க்கசகாய ஆச்சாரியார் அவருக்கு இணங்காததினால் கலகம் உண்டாயிற்று. அதன் விளைவாய் ஒரு நடுவர் குழுக் கூடிற்று. அதன் முன்னிலையில், பஞ்சாங்கம் குண்டையர் வினவிய வினாக்கட்கெல்லாம் மார்க்கசகாய ஆச்சாரியார் உடனுடன் தக்க விடை விடுத்துவிட்டதனால், ஆச்சாரியார் பக்கம் முடிவு செய்யப்பட்டது. அதன்பின்னும் பஞ்சாங்கம் குண்டையர் விடாமல், முறையே, கீழ் முறையாளர் (Sub Magistrate) மன்றத்திலும், மாவட்ட மன்றத்திலும், வழக்குத் தொடுத்தார். அங்கும் வினவியவற்றிற்கெல்லாம் தக்கவாறு விடுத்துவிட்டதனால், ஆச்சாரியார் பக்கமே தீர்ப்பாயிற்று. இப் போராட்டமும் வெற்றியும், 'சித்தூர் அதாலத்துக் கோர்ட்டுத் தீர்ப்பு' என்னும் தலைப்பில் புத்தக வடிவாய் வெளியிடப்பட்டுள.

(2) **மறைமலையடிகள்**

இவர் தனித்தமிழ் இயக்கத் தலைவராதலால், ஆரிய மொழியை அறவே அகற்றி, திருமணக் கரணமொழி முழுவதையும் தூய தமிழில் அமைத்துக் கொண்டார். வேள்வி வளர்த்தலும் தீவலம் வருதலும் மணவறையில் மங்கலப் பொருள் வைத்தலும், இவரால் விலக்கப் படவில்லை.

(3) **திரு.வி.கலியாணசுந்தரனார்**

இவரும் மறைமலையடிகள் போன்றாரே. ஆயின், அடிகள் கரண மொழியில் மருந்திற்கும் வடசொல் காண்பதரிது; இவர் மொழியிலோ ஒரோவோர் இடத்தில் வடசொற் கலக்கும். இதுவே இவர்தம்முள் வேற்றுமை.

எனினும், பிறர்மொழிபோல் மணிப்பவள மாலையும் பன்மணிக் கோவையுமாயிராது, வடசொல் அருகிவரப் பெறுவதே மணவழகனார் (கலியாணசுந்தரனார்) மொழியும் என்க.

(4) ஈ.வே. இராமசாமிப் பெரியார்

இவர், ஆரியக் கரணத்தையும் மணவறை யமைப்பையும் கடவுள் வழிபாட்டையும் மணச்சடங்குகளையும் விலக்கி, பொதுமக்கள் தமிழில் வாழ்க்கை ஒப்பந்தத்தை வகுத்துத் தந்தவர். இவர் செய்த மாறுதல்களுள், கடவுள்வழிபாட்டு விலக்கு நம்பா மதத்தாராலேயே யன்றி நம்புமதத்தா ரால் சீர்திருத்தமாகக் கொள்ளப்பெறாது.

இங்ஙனம், மார்க்கசகாயர் பிராமணியத்தையும், மறைமலையடி களும் கலியாணசுந்தரனாரும் அஃதுடன் ஆரிய மொழியையும், ஈ.வே.ரா. அவற்றோடு வீண் சடங்குகளையும், விலக்கித் திருமணக் கரணத்தைத் திருத்தியவராவார்.

2. பெற்றோர் கவனிக்க வேண்டியவை

மணமக்கள் பெரும்பாலும் உலகியலறியா இளமையராதலானும், மணவாழ்க்கை ஆயிரங்காலத்துப் பயிராதலானும் இளமை எளிதாய் உணர்ச்சி வயப்பட்டுக் கெட்டுவிடுதலானும், திருமணப் பொறுப்பை முற்றும் மணமக்களிடத்தில் விட்டுவிடாது, பெற்றோர் முற்படவே விழிப் பாகவும் எச்சரிக்கையாகவுமிருந்து பின்வரும் பன்னிரு கடமைகளை ஆற்றல்வேண்டும்.

(1) பால்நிலை கவனித்தல்

சில பெற்றோர், ஆணுடம்பு கொண்டாரெல்லாம் ஆண்மையரென் றும், பெண்ணுடம்பு கொண்டாரெல்லாம் பெண்மையரென்றும் கருதி, அவர் பாலியல்பு அற்றிருப்பதையும் திரிந்திருப்பதையும் கவனிப்பதே யில்லை.

ஆண்மை திரிந்து பெண்மை கொண்டவன் பேடி; பெண்மை திரிந்து ஆண்மை கொண்டவள் பேடன்; இவ் விருவர்க்கும் பொதுப் பெயர் பேடு; இருபாலும் அல்லாதது அலி. இம் மூவர்க்கும் மணமே வேண்டியதில்லை.

இனி, இருபாலுள்ளும், பாலுணர்ச்சியோ சேர்க்கை விருப்பமோ ஒரு சிறிதும் இல்லாதவருமுண்டு. அவர்க்கும் மணம் வேண்டுவதில்லை.

ஆண்மை திரியாதவருள்ளும் பல தீய பழக்கங்களால் சேர்க்கையாற்றல் இழந்தவர் சிலர். அவர்க்கு மணஞ்செய்துவைப்பின், அவர் மனைவியர் ஒழுக்கங்கெட வேண்டும்; அல்லது கணவர்க்குக் கட்டுப்பட்டுக் காலமெல்லாம் எரிந்து வேகவேண்டும்.

ஒரோவொரு பெண் ஒருபோதும் பூப்படைவதில்லை. அவர்க்கும் மணம் வேண்டுவதில்லை.

மக்கள்தொகை மிக்குள்ள இக்காலத்தில், மணங்களை எத்துணைக் குறைத்தல் முடியுமோ அத்துணைக் குறைத்தல் வேண்டும்.

(2) **பன்னிரு பொருத்தம் பார்த்தல்**

i. **காதற் பொருத்தம்**

மணமக்கட்கு முதன்மையாக வேண்டும் பொருத்தம் இதுவே. இஃதில்லாவிடின், ஏனைச் சிறப்பெல்லாமிருந்தும் ஏதும் பயனில்லை. ஆதலால், மணமக்கள் இசைவு பெற்றே அவர் பெற்றோர் அவர்க்கு மணஞ்செய்து வைத்தல் வேண்டும்.

ii. **உடல்நலப் பொருத்தம்**

மணமக்கள் இன்பந் துய்த்தற்கும் இல்லறம் நடத்தற்கும் இன்றியமையாதது உடல்நலம். சில நோய்கள் மறைவாயிருக்கும் அல்லது மறைக்கப்பட்டிருக்கும். ஆதலால், தக்க மருத்துவப் பண்டி தரைக் கொண்டு மணமக்களை நோட்டஞ்செய்தல் வேண்டும். அல்லாக் கால், ஒருவரால் இன்னொருவர் நோய்ப்படுவதுடன், அவர்க்குப் பிறக்கும் பிள்ளைகளும் வழிவழி நோய்ப்பட்டு வருந்தவேண்டியிருக்கும்.

iii. **ஒழுக்கப் பொருத்தம்**

நல்லொழுக்கத்தில் துப்புரவும் (சுத்தமும்) அடங்கும். ஒழுக்கப் பொருத்தமில்லாக்கால், ஔவையார்க் கஃது படைக்கச் சொன்னவனும் குண்டலகேசியும்போல் துன்புற நேரும்.

iv. **கருத்துப் பொருத்தம்**

கட்சி மதம் முதலியவற்றிற் கருத்தொத்தலும், வேறுபடின் அவ் வேறுபாட்டிற்கு இடந்தரலும் கருத்துப்பொருத்தமாம். உயர்ந்த பண்பாட்டினராயின், கணவனும் மனைவியும் வெவ்வேறு மதத்தினராயு மிருக்கலாம்.

### v. உண்டிப் பொருத்தம்

மரவுணவும் புலாலுணவும் ஆகிய இரண்டனுள்ளும் ஒன்றில் ஒத்திருத்தலும், ஒவ்வாது வேறுபடின் அவ் வேறுபாட்டிற்கு இடந்தரலும் உண்டிப் பொருத்தமாம்.

### vi. அகவைப் பொருத்தம்

மணமக்கள் உடல் நல்வளர்ச்சியடைந்தபின் மணந்தால்தான், நன்மகப் பேறுண்டாவதுடன் தாய்க்குஞ் சேதமின்றாம். அதே சமையத்தில், இளமை கழியுமுன் மணந்தால்தான், இன்பச்சிறப்பும் பிற வசதிகளும் உண்டாகும். ஆதலால், பின்வருமாறு மணமக்கள் அகவை கவனிக்கப்பெறின் நலமாம்.

|  | சிற்றெல்லை | இடையெல்லை | பேரெல்லை |
|---|---|---|---|
| மணமகன் அகவை | 20 | 22 | 25 |
| மணமகள் அகவை | 16 | 18 | 20 |

இந் நாடு வெப்ப நாடாதலால், குளிர்நாடுகளிற்போல் இளமையர் நீண்டநாள் மணவாதிருத்தல் இயலாது. ஆதலால், மக்கள் பேரெல்லையகவை அடைந்தவுடன், பெற்றோர் அவர்க்கு மணஞ்செய்து வைத்தல் நல்லது.

தக்க பருவத்தில் மணஞ்செய்து வையாமையால், இளைஞரும் இளைஞையரும் பல தீய பழக்கங்கட்கு ஆளாய்விடுகின்றனர். இதனால் இளைஞர் கொடிய நோய்களை அடைவதுடன், சேர்க்கையாற்றலையும் இழந்துவிடுகின்றனர். ஆண்மையொன்றே ஆடவர்க்குச் சிறப்பு. அதனால் இன்புறுந் திறன்மட்டுமன்றி அகக்கரண வலிமையும் வாழ் நாளும் மிகுகின்றன. ஆதலால், ஆண்மையிழந்துவிடின் ஆடவனுக்கு வாழ்க்கையில்லை. அதன்பின், இருநிதிக்கிழவனாயினும் ஈடிலா அரம்பையைப் பெறினும் என்ன பயன்?

மேலும், பிந்தி மணஞ்செய்வதால், பிள்ளைகளுந் தலையெடுக் காமல் பெற்றோரின் முதுமையிற் சின்னதுஞ்சிறியதுமாயிருந்து, குடும்பம் மிகமிக இடர்ப்படுகின்றது.

இவற்றையெல்லாம் நோக்கி, இனிமேலாயினும், பெற்றோர் தம் பிள்ளைகட்குத் தக்க பருவத்தில் மணஞ் செய்துவைப்பாராக.

### vii. உருவப் பொருத்தம்

மணமக்கள் வளர்த்தியிலும் பருமனிலும் அழகுதரத்திலும் ஒத்திருப்பது உருவப் பொருத்தமாம். மணமகனிலும் மணமகள் குட்டை யாயும் ஒல்லியாயும் இருக்கலாம். இதற்கு மாறாயிருத்தல் கூடாது.

அழகு இன்பத்தை மிகுத்துக் காட்டுவதால், அழகுணர்ச்சியுள்ள மணமக்கட்கு இயன்றவரை அழகுள்ள வாழ்க்கைத்துணையே அமர்த்தல் வேண்டும்.

மணமக்கள் உறுப்புக் குறையில்லாதிருத்தலும் உருவப் பொருத்த மாம். சில பெற்றோர், தம் மகனின் அல்லது மகளின் உறுப்புக் குறையை ஆடை யணிகளால் மறைத்து வைப்பதுண்டு அதை நன்றாய்க் கவனித்தல் வேண்டும்.

### viii. கல்விப் பொருத்தம்

மணமக்கள் இருவரும் கற்றோராயிருக்கலாம்; அல்லது மணமகன் மட்டும் கற்றிருக்கலாம். மணமகள் கற்றும் மணமகன் கல்லாதும் இருத் தல் கூடாது. மணமகள் மணமகனினும் மிகுதியாகக் கற்றிருத்தலும், செருக்கிற்கும் ஒத்துழையாமைக்கும் காரணமாயின் நன்றன்று.

மணமகள் இன்றியமையாது கற்றிருக்கக் வேண்டிய நூல்கள் (Sciences) உடல்நூலும், (Physiology) கருநூலும், (Embryology) பிள்ளை வளர்ப்பு நூலும் ஆகும்; கலைகள் (Arts) சமையலும் தையலும் இசையுமாகும். பொருத்தம்

பார்ப்பது மணமக்கள் இசைந்து இனிதாய் இல்லறம் நடக்கற்பொருட்டே யாதலின், அவ் இசைவுபாட்டிற்குக் காரணமாக எல்லா நிலைமையும் பொருத்தமே.

ஒரு மனைக்கிழத்தியார் எத்துணையுயர்ந்த கல்விப் பட்டங்கள் பெற்றிருப்பினும், சமையல் தெரியாதிருப்பின், அவர் கல்வி நிறைவுற்ற தாகக் கொள்ளப்படாது. கட்டழகெல்லாம் இளமைக் காலத்தில்தான் இன்புறுத்திக் குறை மறைக்கும். இடைமையிலும் முதுமையிலும் இன்புறுத்துவது அறுசுவை யுண்டியே. 'தாய்க்குப்பின் தாரம்' என்பது பழமொழி. 'அறுசுவை யுண்டி அமர்ந்தில்லா ளூட்ட' என்பது நாலடியார் (1). வள்ளுவர் தபுதார நிலையிற் பாடிய கையறம்,

***"அடிசிற் கினியாளே அன்புடையாளே"***

என்று தொடங்குகின்றது.

மனைக்கிழத்தியார் அரச அல்லது பெருஞ் செல்வக் குடியைச் சேர்ந்தவராயிருந்து, சமையற்கு ஒரு மடைநூல் வல்லானை அமர்த்திக் கொண்டாலும், அன்றும் அவர்க்கு அக் கலை தெரிந்திருப்பது நன்றே யாம். மாலைக்காலத்திலும் களைப்புநேரத்திலும் மனைவியின் மிடற்றிசை அல்லது கருவி இசை கணவற்கு இன்பூட்டும்.

இனி, மணமக்கள் இருவரும் தாய்மொழியில் ஒத்திருப்பதும் கல்விப் பொருத்தத்தின் பாற்படும். மொழியே கல்வி வாயிலாதலின், இருவர் மொழியும் வேறுபட்டிருப்பின், ஒருவர் மொழியை ஒருவர் விரைந்து கற்றுக்கொள்ளல் வேண்டும்.

### ix. முறைப் பொருத்தம்

மணமக்கள் உறவினராயின், மணமுறையினரா யிருத்தல் வேண்டும். முறையல் மணத்தினால் (Incest) நன்மகப்பேறு உண்டாவ தில்லை. குடிக்கும் இழுக்காம்.

இனி, அக்கையார் மகளை மணத்தல் முறைமணமாயினும், நெருங்கிய வுறவாயிருத்தலால் அதுவும் விலக்கற்பாலதே. கணவன் மனைவியரின் அரத்த உறவு நெருங்க நெருங்க உடல் நொய்மையும் மதி மழுக்கமும், அகல அகல உடலுரமும் மதி விளக்கமும், அவர்தம் மக்கட்கு அமையும் என்பதை அறிதல்வேண்டும்.

### x. வினைத்திறப் பொருத்தம்

மணமக்கள் இருவரும் சூழ்ச்சி வலிமையிலும் சுறுசுறுப்பிலும் ஒத்திருப்பது, வினைத்திறப் பொருத்தமாம். அவருள் ஒருவர் விரை மதியும் தாளாண்மையுடையவராயிருக்க, இன்னொருவர் மந்த மதியும் சோம்பலுமுடையவராயிருப்பின் அவர்தம் இல்லற வாழ்க்கை ஒற்று மையும் இன்பமும் உடையதாயிராது.

### xi. தொழிற் பொருத்தம்

மணமக்கள் இருவரும் ஒரே தொழிலை அல்லது தொடர்புள்ள தொழில்களைச் செய்தல், தொழிற் பொருத்தமாம். தொழில் வேறுபடி னும் மாறுபடல் கூடாது.

### xii. குடும்பநிலைப் பொருத்தம்

'ஊரில் ஒருவனே தோழன், ஆருமற்றதே தாரம்' என்பதாலும், மணமகள் செல்வ மிக்கவளாயின் மணமகனுக்கு நன்றேயாதலாலும், செல்வப் பொருத்தம் சிறப்பாய்க் கவனித்தற்குரிய தொன்றன்றாம். ஆயினும், இளவரசனும் கூலிக்காரியும்போல், அல்லது கூலிக்காரனும் இளவரசியும்போல், மணமக்கள் செல்வநிலை அளவிறந்து வேறுபடின், அவர் ஒருவருக்கொருவர் வாழ்க்கைத்துணையாய் இணைத்து வைக்கப் படற்குரியவராகார். குடும்ப நிலையைப் பிறப்பு என்று கூறினும் ஒக்கும்.

இங்ஙனம் பன்னிரு பொருத்தமும் பாராது செய்து வைக்கப்படும் அல்லது செய்யப்படும் மணங்கள்,

> "ஆய்ந்தாய்ந்து கொள்ளாதான் கேண்மை கடைமுறை
> தான்சாந் துயரந் தரும்"          (792)

என்னுங் குறட் கிலக்கான நட்புப்போல், துன்பந் தருவனவேயாம்.

> "பிறப்பே குடிமை ஆண்மை யாண்டோ(டு)
> உருவு நிறுத்த காம வாயில்
> நிறையே அருளே உணர்வொடு திருஎன
> முறையுறக் கிளந்த ஒப்பினது வகையே"

என்பது, தொல்காப்பியம் (மெய்ப்பாட்டியல், 25) கூறும் பதின் பொருத்த மாகும்.

இதன் பொருள் :ஒத்த பிறப்பும், ஒத்த ஒழுக்கமும், ஒத்த ஆண்மையும், ஒத்த பருவமும், ஒத்த உருவநிலையும், ஒத்த அன்பும், ஒத்த நிறையும், ஒத்த அருளும், ஒத்த அறிவும், ஒத்த செல்வமும் எனத் தலைமகனும் தலைமகளும் (காதலனும் காதலியும்) ஒத்திருக்கும் பகுதிகள் பத்து வகைய என்றவாறு.

இவற்றுள், நிறையும் அருளும் ஒழுக்கத்துள் அடங்கும்.

> "ஒத்த கிழவனும் கிழத்தியும் காண்ப
> மிக்கோன் ஆயினும் கடிவரை யின்றே"

என்று தொல்காப்பியக் களவியல் (2) கூறுவதால், பெரும்பாலும் மண மக்கள் பலவகையிலும் ஒத்திருக்க வேண்டுமென்பதும், அவ் ஒப்பு மையே நீடித்த இன்பவாழ்க்கைக்கு ஏதுவானதென்பதும், பெறப்படும்.

### (3) குலவெறி கொள்ளாமை

தமிழரைப் பிரித்துக் கெடுத்தற்கென்றே, பிறப்பொடு தொடர்புற்ற குலப்பிரிவினை அயலாரால் புகுத்தப்பட்டதென்றும், அது நூலுத்தி பட்டறிவுகட்கு முற்றும் முரணானதென்றும் உலக முழுமையினும் இந் நாவலந் தேயத்திலேயே அது உள்ளதென்றும், திருவள்ளுவர் திருமூலர் முதலிய பெரியோரெல்லாராலும் கண்டிக்கப்பட்டதென்றும், உணராத தமிழர், இன்னும் குலவுணர்ச்சியிலேயே திளைத்து வருகின்றனர். இதனால், ஒவ்வொரு குலத்தாரும் தமக்குள்ளேயே மணந்து, தமிழினத்தில் பேரறிவுச் சுடர்கள் பெருவாரியாய்ப் பிறவாதபடி தடுத்துவிடுகின்றனர். அதோடு தமிழர்க்குள் ஒற்றுமையும் இல்லாது போகின்றது.

*"ஒன்றுபட்டாலுண்டு வாழ்வு - இங்கு*
*ஒற்றுமை யின்றேல் அனைவர்க்குப் தாழ்வு"*

இதைத்தமிழ் மாகாண முன்னேற்றம் பற்றியாவது கவனித்தல் வேண்டும்.

நீண்டகாலமாகத் தொடர்ந்துவரும் குலமுறையைத் திடுமென்று நீக்குவது இயலாதேனும், உயர்த்தப்பட்டோர்க்கும் தாழ்த்தப்பட்டோர்க் கும் இதுபோது துப்புரவு பற்றி ஏற்றத்தாழ்வு உள்ளதேனும், வேளாளரும் முதலியாரும் போல்வாரும், மறவரும் இடையரும் போல்வாரும், இரட்டியாரும் நாயுடுவும் போல்வரும், தம்முள் மணந்து கொள்ளலாமே!

தமிழரின் பல்வேறு பெருங்குலங்களன்றி, (நாடும் ஊருமாகிய) இடம், உண்பொருள், உடை, சிறு தெய்வம், கொள்கை, சடங்கு, செய் பொருள், சிறப்பு நிகழ்ச்சி, குணம், நிறம், குடுமிநிலை, வழக்கம், அணி, தாலிவகை, மொழி, அலுவல், பட்டம், குலவரிசை, சின்னம், மக்கள் தொகை, தொகுப்பு, கலப்பு, தோற்றக்கதை, திறமை, முறைப்பெயர் முதலிய பற்பல வகைப்பற்றிப் பிரிந்துகிடக்கும் நூற்றுக்கணக்கான பொருந்தாக் குலப்பிரிவுகளிற் பலவும், அகமண வகுப்புக்களாகவே யிருந்துவருவது, தமிழன் முன்னேற்றத்திற்கு மாபெருந்தடையாதலின், கல்விகற்ற தமிழ இளைஞர் குருட்டுத்தனமும் குறுகிய நோக்குமுள்ள குலமுதியர் சொற்கொள்ளாது, அதை விரைந்து தகர்ந்ததெறியக்கடவர்.

### (4) பரிசம் வாங்காமை

பெண்ணிற்குப் பரிசம் கேட்பது ஓரளவு விலை கூறுவது போன்றிருத்தலால், செல்வப் பெற்றோர் அதனைக் கேளாதிருத்தல் சிறப்பாம். ஏழைப் பெற்றோராயின், மணச்செலவு நோக்கி ஒரு தொகை கேட்பது குற்றமாகாது.

இனி, பெண்ணிற்குக் கேட்பதற்குப் பதிலாக மணவாளப் பிள்ளைக்குக் கேட்பது, இயற்கைக்கு மாறானதாயும், எக்காரணத்தாலும் சரிமைப்படுத்த முடியாததாயும் இருக்கின்றது. இவ்வுலகத்தில் ஒருவன் பெறக்கூடிய பேரின்பப் பேறு பெண்ணே. அகத்தழகும் புறத்தழகும் ஒருங்கேயமைந்த அருமைப் பெண்ணிருக்கவும் அவளை விட்டுவிட்டு, காசிற்காசைப்பட்டு அழகிலியை மணப்பது, இல்லற இன்பத்தையும் வாழ்க்கை வசதியையும் பணத்திற்கு விற்பது போன்றதே.

## (5) நாளும் வேளையும் பாராமை

'நாள் செய்வது நல்லார் செய்யார்', என்பது நம் முன்னோரின் கொள்கையேயானினும், அறிவியல் (விஞ்ஞானம்) வளர்ச்சியடைந்துள்ள இக்காலத்திற்கு அது ஏற்காது.

இடம் என்பது எங்ஙனம் எங்கும் பரந்து தன்னளவில் வேறுபாடற்றதோ, அங்ஙனமே காலம் என்பதும் என்றும் பரந்து தன்னளவில் வேறுபாடற்றதாம்.

பகலிரவும் அவற்றால் நாளும் வேளையும் ஏற்படுவதற்குக் காரணம், கதிரவன் தோற்றமறைவு அல்லது ஞாலத்தின் (பூமியின்) சுழற்சியே. இறைவன்,

> *"அண்டப் பகுதியின் உண்டைப் பிறக்கம்*
> *அளப்பருந் தன்மை வளப்பெருங் காட்சி*
> *ஒன்றனுக் கொன்று நின்றெழில் பகரின்*
> *நூற்றொரு கோடியின் மேற்பட விரிந்தன*
> *இல்நுழை கதிரின் நுண்அணுப் புரையச்*
> *சிறிய வாகப் பெரியோன்"*

(திருவாசகம், திருவண்டப்பகுதி, 1-6)

ஆதலின், நாளுங்கோளும் அவன் ஆணைக்கடங்கியே நடக்கும். 'அவனன்றி அணுவும் அசையாது', 'நாளுங்கோளுமே நல்லது செய்யும்' என்று நம்புவார், கடவுளை நம்பாதவரும், அவரது

*"எட்டுத் திசையும் பதினாறு கோணமும் எங்குமொன்றாய்*
*முட்டித் ததும்பி முளைத்தெழு சோதி"த்தன்மை*

அறியாதவருமே யாவர்.

திருஞானசம்பந்தர் மங்கையர்க்கரசியாரின் வேண்டுகோட் கிணங்கிச் சமணரை யொழிக்க மதுரை சென்றபோது, 'இன்று நாளுங்கோளும் நன்றாயில்லாமையால் தாங்கள் மதுரை செல்ல வேண்டா என்று திருநாவுக்கரசர் தடுக்க, அவர்,

> "வேயுறு தோளிபங்கன் விட முண்டகண்டன் மிகநல்ல
>                                           வீணைதடவி
> மாசறு திங்கள்கங்கை முடிமேலணிந்தென் உளமே
>                                           புகுந்தவதனால்
> நாயிறு திங்கள்செவ்வாய் புதன்வியாழம் வெள்ளிசனி
>                                           பாம்பிரண் டுமுடனே
> ஆசறு நல்லநல்ல அவைநல்லநல்ல அடியார
>                                           வர்க்குமிகவே"
> "என்பொடு கொம்பொடாமை இவைமார் பிலங்க
>                                           எருதேறி யேழை யுடனே
> பொன்பொதி மத்தமாலை புனல்சூடி வந்தென் உளமே
>                                           புகுந்த வதனால்
> ஒன்பதொ டொன்றொடேழு பதினெட்டோ
>                                           டாறுமுடனாயநாள்கள் அவைதான்
> அன்பொடு நல்லநல்ல அவைநல்லநல்ல
>                                           அடியா ரவர்க்குமிகவே"

என்று பாடிச்சென்று முழு வெற்றி கண்டார். இந்நிலைமை சம்பந்தர் போலும் பெரியார்க்குமட்டுமன்று, உண்மையன்புள்ள எல்லார்க்கும் உரித்தாம்.

> "நாளன்று போகிப் புள்ளிடை தட்பப்
> பதனன்று புக்குத் திறனன்று மாழியினும்
வறிது பெயர்குவ ரல்லர் நெறிகொளப்
பாடான் றிரங்கு மருவிப்
பீடுகெழு மலையற் பாடி யோரே" (புறம்.124)

என்று, செல்லினுந் தப்பாத மலையமான் திருமுடிக்காரியின் வள்ளன் மையைப் புகழ்ந்துள்ளார் கபிலர்.

நாள்கோள்களின் இயக்கத்தால் மழையும் மழையின்மையும் போல நன்மை தீமை விளைவது உண்மையாயினும், அவ் விளைவை அவ் இயக்கத்திற்குக் காரணமான எல்லாம் வல்ல இறைவன் ஏற்பாடாகக் கொள்வதல்லது, ஞாலம்போல் உயிரற்ற அஃறிணையிடப் பொருள்களாய நாள்கோள்களின் செயலாகக் கொள்வது எங்ஙனம் பொருந்தும்? தமிழ்நாட்டுக் கீழைக்கரைப் புயற்சேதத்தால் துன்புற்ற மக்கட்கு சென்னை மாகாண முதலமைச்சர் மதிதகு காமராச நாடார் புகைவண்டி வாயிலாய் நடைப்பிரகாரம் அனுப்பினாரெனின், அம் முதலமைச்சர்க்கு நன்றி கூறுவதல்லது அப் புகைவண்டிக்கு நன்றி கூறுவது பொருந்துமோ?

ஒவ்வொரு நன்முயற்சிக்கும் மங்கலவினைக்கும், நாளுங் கிழமையும் ஓரையும் வேளையும் பார்த்துப் பார்த்து என்றும் அச்சத் தோடேயே வாழ்வதால், இந்தியர் சராசரி வாழ்நாள் குறைந்தும்; அவற்றைப் பாராத மேனாட்டார் வாழ்நாள் கூடியும் உள்ளன. இவ்வுண் மையைக் கீழ்வரும் சராசரி வாழ்நாட் பட்டியிற் காண்க.

| நாடு | கணக்கெடுத்த ஆண்டு | ஆண் ஆண்டு | பெண் ஆண்டு |
|---|---|---|---|
| 1. ஆலந்து (Holland) | 1931-35 | 65.1 | 66.4 |
| 2. ஆத்திரியா (Austria) | 1932-34 | 63.48 | 67.14 |
| 3. நார்வே | 1921-31 | 60.98 | 63.84 |
| 4. அமெரிக்கா | 1937 | 60.75 | 65.08 |
| 5. இங்கிலாந்து | 1937 | 60.18 | 64.40 |
| 6. செருமணி | 1932-34 | 59.86 | 62.81 |
| 7. சுவிட்சர்லாந்து | 1920-32 | 59.25 | 63.05 |
| 8. பிரான்சு | 1928-33 | 54.30 | 59.02 |
| 9. இத்தாலி | 1930-32 | 53.76 | 56.00 |
| 10. இரசியா | 1926-27 | 41.93 | 48.79 |
| 11. சீனா | 1929-31 | 34.85 | 34.63 |
| 12 இந்தியா | 1931 | 26.91 | 26.56 |

நாளும் வேளையும் பார்ப்பவர் வாழ்நாள் கூடியும், பாராதார் வாழ்நாள் குறைந்தும், இருப்பதிற்குப் பதிலாக, அவை நேர்மாறாயிருப்பது கவனிக்கத் தக்கது. இந்தியர் வாழ்நாட் குறைவிற்கு வறுமையும் வெப்பமிகையும் பெருங் காரணமேனும், நன்னாள் வினை செய்கையால் சிறிதும் அதற்கு ஈடு செய்யப்படாமையை நோக்குக.

'நாள் செய்வது நல்லார் செய்யார்' என்பது உண்மையாயின், நல்ல நாளில் மணப்பவரெல்லாம் நீண்ட வாழ்வினராயும், தீய நாளில் மணப்பவரெல்லாம் குறுகிய வாழ்வினராயும், இருத்தல்வேண்டும். அங்ஙனமின்மை வெளிப்படை.

மேலும், ஒரு பெருவினை நன்னாளிலும் நல்வேளையிலும் தொடங்கப் பெறினும், தீயநாளிலும் தீயவேளையிலும் தொடர்ந்து செய்யப்படுவதையும் கவனிக்க.

திருவருள் பெற்றோர் உடற்கட்டு, நல்லுணவு, உடற்பயிற்சி, அகமலர்ச்சி, கவலையின்மை, சினமின்மை, நல்லொழுக்கம், அறிவு டைமை, வரம்புகடவாமை முதலியவற்றாலேயே மக்கள் வாழ்நாள் நீடிக்கும் என்பதை அறிதல் வேண்டும்.

சித்திரை, வைகாசி, ஆனி, தை, பங்குனி ஆகிய ஐம்மாதங்களே திருமணத்திற்குரியனவாகக் கொள்ளப்படுதலின், இடையில் நிகழக்கூடிய பல திருமணங்கள் நின்றுவிடுகின்றன; அல்லது வீணாக நிறுத்திவைக்கப்படுகின்றன.

மணவுறுதி செய்யப்பட்ட பின்பும் குறித்த கிழமையிலும் வேளையிலும் வராமையால் மணமகளையிழந்த மணமகனும், மணமகனையிழந்த மணமகளும் உளர்.

ஆகவே, உடல்நலத்தையும் வினைவசதியையும் தாக்கும் கோடை மாரிபோன்ற கால வேறுபாடும், பகல் இரவு போன்ற வேளை வேறு பாடும் அல்லது, வேறுவகையிற் காலப்பகுதிகளைக் கணித்து வீணாக இடர்ப்படுவதை விட்டுவிடல் வேண்டும்.

நகரங்களில் நடைபெறும் திருமணங்கட்கு வருவார் பலர் அலுவலாளரா யிருப்பாராதலால், அவர் வசதி நோக்கி, பொது விடுமுறையல்லாத நாள்களில் நடத்தும் திருமணங்களையெல்லாம், காலை 8 மணிக்கு முன் னாவது மாலை 4 மணிக்குப் பின்னாவது வைத்துக் கொள்வது நலம்.

### (6) பிறப்பியம் பாராமை

இனி, மணமக்களின் பிறப்பியத்தை (ஜாதகத்தை) நோக்குவதும் தவறாம். மனப்பொருத்தமே மணப்பொருத்தம். அஃதன்றிக் கணிய முறையில் வெவ்வேறு பொருத்தம் பார்ப்பதால், பொருந்தும் மணங்கள் விலக்கவும் பொருந்தா மணங்கள் பொருத்தவும் படுகின்றன. பிறப்பியக் கணிப்புப்படி பெரும்பால் நிலைமைகள் நேர்வதில்லை. ஏதேனும் நேரினும் அது தற்செயலாக நேர்வதே. பிறப்பியத் தவற்றைக் கணிப்புத் தவறென்று கூறுவதும் பொருந்தாது. சரியாய்க் கணிப்பவர் எவருமிலர். "ஐந்திற் கிரண்டு பழுதில்லா திருக்கும்" என்பதே எக் கணியர் கூற்றும். அவ் விரண்டுதான் எவையென்பதும் அவர்

அறியார்.

பிறப்பியத்திற் குறிக்கப்பட்ட வாழ்நாள் நீட்சியை நம்பி, நோய் மருத்துவம் செய்யாதும் உடலைப் பேணாதும் இறந்துபோனவரும்; ஆக்க நிலையை நம்பி, முயற்சி செய்யாது வினைதோற்றாரும், முற்காப்பின்றி ஏற்கெனவே இருக்கும் நிலைமையுமிழந்தோரும் எண்ணிறந்தோராவர்.

ஒரே நாளிலும் ஒரே வேளையிலும் பிறப்பவரெல்லாரும் ஒரே நிலைமை யடைவதின்மையால், தன் முயற்சியையும் இறைவனருளையும் பிறர் துணையையுமே நம்பி வாழ்தல்வேண்டும். இதனால் கணியர் பிழைப்புக் கெடாதவாறு, அவரை உடுநிலையங்களிலும் (Observatory) வானாராய்ச்சி நிலையங்களிலும் அமர்த்திக்கொள்வது, அரசியலார்க்குத் தகும்.

**(7) மணம்பற்றிய செய்திகளைத் திட்டமாய் முடிவு செய்துகொள்ளுதல்**

பரிசம், நகை, செலவு, நடைமுறை முதலியனபற்றி, மணமகன் வீட்டாரும் மணமகள் வீட்டாரும் முன்னமே பேசித் திட்டமான முடிவு செய்து கொள்ளல்வேண்டும். அல்லாக்கால், கரணவேளையிலோ, மணவி ருந்திலோகலாம் விளைந்து, திருமணம் நின்றுவிடவோ இன்பங்கெடவோ நேர்ந்து விடுகின்றது. 'பந்தல் நட்டினாற் பகை' என்பது பழமொழி.

**(8) தாய்மொழியிற் கரணம் செய்வித்தல்**

தேவமொழியென ஒன்றின்மையாலும், தமிழ் வடமொழிக்கு முந்தி யதும் ஆரிய மொழிகட்கு மூலமும் ஆனதினாலும், ஆரியக் கரணம் தமிழனுக்கு மானக்கேட்டை விளைப்பதனாலும், பிராமணர் தென்னாடு வருமுன் எல்லாத் தமிழர் மணங்களும் தமிழிலேயே நடைபெற்று வந்ததினாலும் ஒவ்வொரு தமிழனும் தமிழிலேயே கரணம் செய் வித்தல்வேண்டும். பிராமணன் தமிழன்பனாகித் தமிழிற் கரணம் செய்ய இசையின் அதை ஏற்றுக்கொள்ளலாம். தமிழிற் கரணம் செய்வியாதவன் தமிழனாகான்.

ஒவ்வொரு தூய தமிழனும், தன் வீட்டுக் கரணத்தை மட்டுமன்றிப் பிறர்வீட்டுக் கரணத்தையும் தமிழிற் செய்விக்க முயற்சி செய்தல் வேண்டும். வடமொழியில் நடக்கும் கரணத்திற்குச் செல்லுதல் கூடாது.

**(9) வீண் சடங்கு விலக்கல்**

முற்கூறிய வீண் சடங்குகளோடு, முன்னோர் காலத்தில் நிகழ்ந்த உடன்போக்கு, மகட்பாற்காஞ்சிப் போர், மணப்போட்டிப் போர் முதலிய வற்றைக் குறிக்கும் நினைவுகூர் சடங்குகளையும் விலக்கல் வேண்டும்.

(10) **செல்வநிலைக் கேற்பச் செலவு செய்தல்**

திருமணத்தில் தாராளமாய்ச் செலவு செய்தல் தக்கதே. ஆயின், அவரவர் செல்வநிலைக் கேற்பச் செலவு செய்தல் வேண்டும். 'புலியைப் பார்த்துப் பூனை சூடு போட்டுக்கொண்டதுபோல்' செல்வனைப் பார்த்து ஏழையும் செலவழித்துப் பின்பு கடனால் வருந்துவது நன்றன்று. 'கலியா ணம் செய்த வீட்டில் ஆறுமாதம் கருப்பு' என்பது பழமொழி. சிலர் திருமணச் செலவால் காலமெல்லாம் கருப்புண்டாக்கிக் கொள்வது முண்டு. செல்வன் எவ்வளவு செலவழித்தாலும் அது குணமேயன்றிக் குற்றமன்று. அதனாற் பல தொழிலாளர்க்குப் பிழைப்பு நடக்கும். செலவு செய்தல் வழியாகவே செல்வன் செல்வம் நாட்டிற் பரவ முடியும்.

திருமணவிழா பல நிகழ்ச்சிகளைக் கொண்டதினால், திட்டமிட்டுச் செலவு செய்யினும் அதற்குமேற் போய்விடும். இதனாலேயே, 'கலியாணம் பண்ணிப்பார், வீட்டைக் கட்டிப்பார்' என்பர். செலவு எவ்வளவு மேற்படினும் செல்வன் ஏற்றுக்கொள்ள முடியும்; ஏழைக்கு முடியாது. ஆகையால் மிக விழிப்பாயிருந்து சிக்கனமாய்ச் செலவு செய்தல்வேண்டும். அங்ஙனமாயின், ஏழைக்கும் 'அரைக்காசிலே கலி யாணம், அதிலே கொஞ்சம் வாணவேடிக்கை' நடக்க முடியும். செலவு செய்யப் பணமில்லாவிடத்துச் செலவை நிறுத்த வேண்டுமே யொழியத் திருமணத்தை நிறுத்திவைத்தல் கூடாது.

ஆயின், சில கஞ்சர் செல்வநிலையிருந்தும், 'ஐயாசாமிக்குக் கலியாணம், அவரவர் வீட்டில் சாப்பாடு; கொட்டு முழக்குக் கோயிலிலே, வெற்றிலைபாக்குக் கடையிலே' என்றவாறு, திருமண வீட்டிற்கு வந்தவர்க் கும் வெற்றிலை பாக்குக்கூடக் கொடுப்பதில்லை. இது மிகக் கொடிது. மணமக்கள் நீடித்து நல்வாழ்வு வாழ்வதற்கு, எல்லார் நல்லெண்ணமும் வேண்டியதாகும். மணமக்களைப் பிறர் வாழ்த்தும் வாழ்த்திற்கு, மண வீட்டிற் கொடுக்கப்பெறும் எதுவும் ஈடாகாது. சிலர் வெற்றிலை கொடாமை குலமரபென்று போக்குக் காட்டுவர். அஃதுண்மையாயின், அத் தீய வழக் கத்தை உடனே மாற்றிக் கொள்ளல் வேண்டும். இறைவன் திருவருள் போன்றே மக்கள் நல்லெண்ணமும் ஒருவர் நல்வாழ்விற்கு வேண்டியதாம்.

(11) **மணநாளன்றே மணமக்களைக் கூட்டுதல்**

சில பெற்றோர், மணத்தின் நோக்கத்தையே உணராது நீண்ட காலமாக இன்பந்துய்த்து வெறுத்த தங்களைப் போன்றே இளமண மக்களையுங் கருதிக்கொள்கின்றனர். களவொழுக்க இன்பம் வாய்க்காத மணமக்கட்கெல்லாம் மணநாளின்பமே சிறந்தது என்பதை அறிதல் வேண்டும். மேலும், மணநாளிற் கூடாமையால், ஒழுக்கக்கேடு, ஐயுறவு, மதியாமை, அன்பின்மை, நீடுகூடி வாழாமை முதலியன இருசாரும் ஏற்படுதற்கிடமாம்.

(12) **மணமக்களின் நல்வாழ்வை விரும்பல்**

சில பெற்றோர் தம் மகன் மருமகளோடும் மகள் மருமகனோடும் கூடிக் குலவுவதையும், ஓருயிரும் ஈருடலுமாக ஒன்றியிருப்பதையும் விரும்புவதில்லை. சிறப்பாக, மகள் அங்ஙனம் இருப்பின் அழுக்காறு கொண்டு, 'நீண்டகாலம் பழகிய நம்மை மறந்துவிட்டு நேற்று வந்தவனொடு கூடிக் கொண்டாள் பார்' என்று சொல்வதுண்டு. அன்னவர் கீழ் வரும் கலித்தொகைச் செய்யுட் பகுதியைக் கருத்தூன்றிக் கவனிப்பாராக.

*"பலவுறு நறுஞ்சாந்தம் படுப்பவர்க் கல்லதை*
*மலையுளே பிறப்பினும் மலைக்கவைதாம் என்செய்யும்*
*நினையுங்கால் நும்மகள் நுமக்குமாங் கனையளே;*
*சீர்கெழு வெண்முத்தம் அணிபவர்க் கல்லதை*
*நீருளே பிறப்பினும் நீர்க்கவைதாம் என்செய்யும்*
*தேருங்கால் நும்மகள் நுமக்குமாங் கனையளே;*
*ஏழ்புணர் இன்னிசை முரல்பவர்க் கல்லதை*
*யாழுளே பிறப்பினும் யாழ்க்கவைதாம் என்செய்யும்*
*சூழுங்கால் நும்மகள் நுமக்குமாங் கனையளே"*

(பாலைக்கலி)

இது, உடன்போக்கில் தலைவியைத் தேடிச் சென்ற செவிலித் தாயை நோக்கி அறிஞர் கூறியது.

(1. உறு-பொருந்தும், சாந்தம்-சந்தனம், படுப்பவர்-பூசுபவர், அனையளே-அப்படிப்பட்டவளே.

2. கெழு-பொருந்திய, முத்தம்-பெரிய முத்து, தேருங்கால்-ஆராயுமிடத்து.

3. புணர்-பொருந்திய, இன்னிசை-இனிய ஒலி, முரல்பவர்-வாசிப்பவர், யாழ்-வீணை, சூழுங்கால்-ஆராயுமிடத்து).

### 3. மணமக்கள் கவனிக்க வேண்டியவை

மணமகன், மணமகளைத் தனக்குச் சமமான வாழ்க்கைத் துணையாகக் கருதல்வேண்டும்; கரணவேளை தவிர மற்ற நேரத்தில் ஆசிரியனும் பெரியோரும்போன்ற குரவரைக்கண்டால், உடனே எழுந்து வணக்கஞ் செய்தல் வேண்டும்; தான் அரச நிலையில் இருப்பதாகக் கருதிக்கொண்டு, நவாபு ஓலக்கம் (தர்பார்) நடாத்துதல் கூடாது. மணப் பந்தியில் தானும் சேர்ந்து பரிமாறலாம், மணமகளொடு கலந்து பேசலாம்.

மணமகள் கரணவேளையிலும் மணமேடையிலும் பிடரிவலிக்கத் தலை கவிழ்ந்தேயிருத்தல் வேண்டுமென்பதில்லை. மற்ற வேளையிலும், பேசா மடந்தையாயிருத்தல் கூடாது. மற்றப் பெண்டிருடன் கலந்துரையாடலாம்; அவர்க்கு வேண்டுவன கொடுத்துதவலாம்; மண மகனுடன் பேசலாம்.

மணமக்கள், மணவிழாவின்பின் கணவனும் மனைவியுமாய்ச் செய்ய வேண்டிய கருமங்களும் கடமைகளும், என் 'மணவாழ்க்கை' என்னும் நூலில் விரிவாய்க் கூறப்பெறும்.

### 4. உற்றார் உறவினர் கவனிக்க வேண்டியவை

உறவினரும் நண்பரும், மணமக்கள் ஏழையராயும் திருப்பிச் செய்ய இயலாதவராயும் இருந்தால்தான் அவர்க்குப் பரிசும் நன் கொடையும் வழங்கல் வேண்டும்; செல்வராயிருப்பின் தேவையில்லை; பெருஞ் செல்வராயிருப்பின் வழங்கவே கூடாது. அவர்க்கு வழங்குவது பொருளியல் நூலுக்கு மாறான பெருங் குற்றம்.

உறவினர் மொய் வைக்கும்போது, மணவீட்டார் தமக்கு முன்பு செய்த அளவே செய்யவேண்டும் என்று கருதவேண்டுவதில்லை. தம் செல்வ நிலைக்கேற்பக் கூட்டியோ குறைத்தோ செய்யலாம்; அல்லாக்கால் அது வட்டியில்லாக் கடன்போலிருந்து தன் சிறப்பை யிழக்கும். மண வீட்டாரும் உறவினர் நிலையறிந்து பெருந்தன்மையாய் இருந்துகொள்ள வேண்டும்.

உறவினர் அயலூரிலிருந்து ஒரு மணவீட்டிற்கு வந்திருப்பின், கரணம் முடிந்தபின், எத்துணை விரைந்து திரும்ப முடியுமோ அத் துணை விரைந்து திரும்பிவிடவேண்டும்; 'என்று செல்வாரோ!' என்று மணவீட்டார் ஏங்கிக் கலங்குமாறு, பன்னாள் தங்கிவிடுதல் கூடாது.

சீர் செய்தல், வரிசை வைத்தல், மொய்யெழுதுதல், பரிசளித்தல் நன்கொடை வழங்கல், முதலியவை கைம்மாறு கருதிச் செய்யப்படும் போது, அவற்றின் ஏற்றத்தாழ்வு இழிதகவாய்ச் சொல்லிக் காட்டப்படுத லாலும், அதனால் கண்ணன்ன கேளிர்க்கும் மனக்கசப்புண்டாவதாலும், கைம்மாறு கருதா வகையில் அவற்றை அன்பளிப்பாக வைத்துக் கொள்வதே சாலச் சிறந்ததாம்.

**5. அரசியலார் கவனிக்க வேண்டியவை**

ஓர் உடம்பு நலமாயிருத்தல் வேண்டின், அதன் உறுப்புக ளெல்லாம் நலமாயும் ஒன்றுபட்டுமிருத்தல் வேண்டுவதுபோல; ஒரு நாடு முன்னேற வேண்டுமாயின், அதன் மக்கள் வகுப்பாரெல்லாம் முன்னேறியும் ஒன்றுபட்டு மிருத்தல் வேண்டும். தமிழ்நாட்டில் இத்தகைய முன்னேற்றத்திற்குக் குலப் பிரிவினை பெருந் தடையா யிருத்தலின், அரசியலார் அதை அறவே ஒழித்தற்கான செயல்களை உடனடியாய் மேற்கொள்ளவேண்டும். அவை,

(1) கலப்புமணஞ் செய்வார்க்கு, மணச்செலவு முழுவதையுமேனும் அதில் ஒரு பகுதியையேனும் ஏற்றுக்கொள்ளுதலும்,

(2) அவர்க்கு மண முடிந்தவுடன் அவர் தகுதிக்கேற்ப அரசியல் அலுவலளித்தலும்,

(3) அவர் பெறும் மக்கட்குப் படிப்புதவி செய்தலும் ஆகும்.

கலப்புமணமும, மணமகளை நோக்கி, (1) உயர் கலப்புமணம், (2) ஒத்த கலப்புமணம், (3) தாழ் கலப்புமணம் என முத்திறப்படும். ஒரு மறவன், ஒரு வேளாளப் பெண்ணை மணப்பது உயர் கலப்புமணம்; ஓர் இடைப்பெண்ணை மணப்பது ஒத்த கலப்புமணம்; ஒரு தாழ்த்தப் பட்ட குலப்பெண்ணை மணப்பது தாழ் கலப்புமணம். இம் மூன்றும் கலப்புவகையில் முறையே கடையிடை தலையாம். ஆதலால், அவற்றின் தரத்திற்கேற்பப் பாராட்டுதவியுமிருத்தல் வேண்டும்.

ஒட்டுமரங்கள் உயர்ந்த கனிகளைத் தரல்போல் கலப்பு மண மக்கள் அறிவாற்றலிற் சிறந்த மக்களைப் பெறுவாராதலால், நாட்டு முன்னேற்றத்திற்கேற்ற நன்மக்கட்பேற்றை விளைப்பது, அரசியலார் மேற்கொள்ள வேண்டிய கடமையாகும்.

**6. புதியன புகுதல்**

மணமக்களை முன்னமே பழகச் செய்தல், அச்சிட்ட அழைப் பிதழ் விடுத்தன்று, பொதுக் கட்டடத்தில் மணம் நடத்தல், மணமக்கள் எளிய உடையுடுத்தல், கரணநடப்பைக் கரண ஆசிரியர் (புரோகிதன்) பொறுப்பில் குத்தகையாக விட்டுவிடல், மணவறையின்மை, சொற் பொழிவாற்றுவித்தல்,

பையில் தேங்காய்பழவெற்றிலை கொடுத்தல், பரிசேற்காமை, ஊர்வல மின்மை, கட்டுச்சோற்றுத் திருமணம், இருமணக் கூட்டுச் செலவு, தொகுதிமணம், பதிவுமணம் முதலியன இக்காலத்துப் போற்றத்தக்க புதிய வழக்கங்களாம்.

7. **போலிச் சீர்திருத்த மணங்கள்**

சிலர் குலம்பார்த்தே மணந்துகொண்டும், பெண்வீட்டில் முன்னமே பிராமணப் புரோகிதனைக் கொண்டு வடமொழிக் கரணம் செய்வித்து விட்டு, பின்பு மணமகன்வீட்டில் தமிழ்க்கரணம் நடத்திக்கொண்டும் முழுத்த (முகூர்த்த) நாளில் முழுத்த வேளையிலேயே தாலி கட்டிக் கொண்டும், முன்னமே தாலி கட்டிவிட்டுப் பின்பு மோதிரம் அணிவித்துக் கொண்டும், குத்துவிளக்கிற்குப் பதிலாக மின்சார விளக்குப் போட்டுக் கொண்டும், மணத்திற்கென்று மதம் மாறிக் கொண்டும், தம் மணங்களைச் சீர்திருத்த மணங்களென்று கூறிக்கொள்கின்றனர். கடவுள் வழிபாட்டை நீக்கித் தமிழில் நடத்திய அளவிலேயே சீர்திருத்த மணம் ஆகிவிடாது. மணமகள் வீட்டார் சீர்திருத்த மணத்திற்கு இசையாமையாலோ, மணமகன் வீட்டார்க்கு அதில் முழுநம்பிக்கை இல்லாமையாலோ, வடமொழிக் கரணம் முன்னமே நடந்துவிடுகின்றது. அதோடு நிறுத்திக்கொள்வது நல்லது. அங்ஙனமின்றித் தமிழ்க்கரணமும் செய்து மக்களை ஏமாற்றுவது, திருந்தா மணத்தினுந் தீய செயலாகும். வடமொழியின்றித் தமிழ்க்கரணம் மட்டும் நடப்பின் அதை ஓரளவு சீர்திருத்தம் என்னலாம்.

8. **பெண்டிர் சமன்மை (சமத்துவம்)**

தமிழர் நாகரிகமும் பண்பாடும் அடைந்து பல்லாயிரம் ஆண்டு களாகியும், இன்னும் பெண்டிர் சமன்மை ஏற்படாதது பெரிதும் இரங்கத் தக்கதே. தமிழரிடைப் பெண் காப்பு மறமில்லையென்று அண்மையில் வடநாட்டா ரொருவர் பழித்ததும் அமைவுடையதே.இருபாலுள்ளும் ஆண்பாலே ஏற்றமானது என்னும் கொள்கை இன்னும் இருந்துவருகின்றது. 'சாண் பிள்ளை ஆண்பிள்ளை மாண்பிள்ளை' என்று ஆடவரே தம்மைப் புகழ்ந்துகொள்வது அழகன்று. மணவுறவுபற்றி நடக்கும் சண்டைகளில், நெஞ்சு புண்பட வசையேற்பவர் பெண்வீட்டாரே. 'பெண்ணைப் பெற்றவன் பேச்சுக் கேட்பான்' என்பது பழமொழியாகும்.

மணமகன் எத்துணை மணஞ்செய்திருப்பினும், மறுமணத்தில் புது மணவாளப்பிள்ளையாகவே மதிக்கப்படுகின்றான்; மணமகளோ முதல் மணத்திலேயே தன் கன்னித்தன்மையை இழந்தவளாகக்

கருதப்படுகின்றாள்.

*"தோள்நல முண்டு துறக்கப் பட்டோர்*
*வேள்நீ ருண்ட குடையோ ரன்னர்;*
*"நல்குநர் புரிந்து நலனுணப் பட்டோர்*
*அல்குநர் போகிய வூரோ ரன்னர்;*

நலம் - அழகு. துறக்கப்பட்டோர் - கைவிடப்பட்டோர். வேள் - தாகத்தால் விரும்பிய. குடை - பனையோலைப் பட்டை. நல்குநர் - அன்புசெய்யுங் காதலர். புரிந்து - விரும்பி. அல்குநர்- குடியிருப்போர்.

***"கூடினர் புரிந்து குணனுணப் பட்டோர்***
***சூடின ரிட்ட பூவோ ரன்னர்".*** (பாலைக்கலி, 22)

என்று ஈராயிரம் ஆண்டுகட்கு முன்பு பாடப்பட்ட நிலைமை இன்று முள்ளதெனின், என் சொல்வது? பெண்டிர் நுகர்ச்சிப்பொருள் நிலைமை யினின்று வாழ்க்கைத்துணை நிலைமைக்கு இன்னும் முற்றும் உயர்த்தப் படவில்லை என்பதே இதனால் அறியப்படும் உண்மையாம்.

இனி, பெண்டிரின் உறுப்பியல்பற்றியும், மச்சமறுப்பற்றியும், பிறப்பு வரிசை பற்றியும், நல்லவுந் தீயவுமாக எத்துணையோ சொல வடைகளும் பழமொழிகளும் உள. அத்தகைய விதப்பீடுகள் ஆட வரைப்பற்றி மிகுதியாயில்லை. இருப்பனவும் பெரும்பாலும் நல்லவையே

இவ்வாறு பெண்பாலைப்பற்றி நிற்கும் இழிவெல்லாம், மணமகளின் சமன்மைக்குத் தடையாயிருத்தலின், அவற்றைத் திருத்திக்கொள்வது தமிழர் கடன். ஆயின், பெண்ணின் பெண்மைபற்றியும் மென்மைபற்றி யும் கற்புக்காவலாக ஏற்பட்டுள்ள எல்லாக் கட்டுப்பாடுகளும், பெண் ணலத்திற்கே யாதலின், அவை என்றும் இருந்தே தீரல்வேண்டும். கணவனாரும் மனைவியாரும் ஒருவரோடொருவர் உரையாடும்போது, கணவனார் ஒருமையிலும் மனைவியார் உயர்வுப் பன்மையிலும் பேசினாலும், படர்க்கையில் இருவரும் மதிப்பாகவே பேசுதல் வேண்டும். கூலிவேலை செய்யும் கல்லா மக்களாயின், இருவரும் ஒருமையிற் பேசிக்கொள்ளலாம்.

மனைவியார் கணவனாரின் பெயரைக் குறிப்பிடும்போது மதிப்பொடு குறிப்பிடின் குற்றமாகாது.

மங்கலம் எங்கணுந் தங்குக!

## பின்னிணைப்பு

1. **திருமண அழைப்பிதழ்**

**போலிகை (மாதிரி)** 1

திருச்சிற்றம்பலம்

**திருமண அழைப்பு**

***"குவளைக் கண்ணி கூறன் காண்க***
***அவளுந் தானும் உடனே காண்க"***

அன்புடையீர்,

எல்லாம் வல்ல இறைவன் திருவருளால், நிகழும் 1131ஆம் ஆண்டு வைகாசி மாதம் 29ஆம் நாள் (11.6.1956) திங்கட்கிழமை புனர்பூசநாள் காலை 9 மணிக்குமேல் 10 மணிக்குள், கடக நற்பொழுதில்,

| | |
|---|---|
| திருவாளர் ஆ. இராசகோபால் பிள்ளை அவர்கள் திருமகன் திருவளர் செல்வன் அறிவியல் இளைஞன் (B.Sc.)**கலியாணசுந்தரம்** என்னும் மணவழகனுக்கும் | திருவாளர் சுப்பையாப் பிள்ளைஅவர்கள் திருமகள் திருவளர் செல்வி**வடிவழகியம்மைக்கும்** |

சென்னைப் பவழக்காரத்தெரு, 6ஆம் எண் திருவரங்க நிலையத்தில் நடைபெறும் திருமணத்திற்கும், அதைச் சார்ந்த நிகழ்ச்சிகளுக்கும், தாங்கள் உற்றார் உறவினருடன் வந்திருந்து மணமக்களை வாழ்த்தும் படி வேண்டிக் கொள்கிறோம்.

அன்புள்ள,

**ஆ. இராசகோபால்பிள்ளை,**
ராலீசு இந்தியா மட்டிட்டது (Ltd.)
சென்னை.

**வ. சுப்பையாப் பிள்ளை,**
திருநெல்வேலித் தென்னிந்திய சைவ
சித்தாந்த நூற்பதிப்புக் கழக
ஆட்சியாளர்.

**போலிகை 2**

**திருமண அழைப்பிதழ்**

ஐயன்மீர், அம்மைமீர்,

இறைவன் திருவருளை முன்னிட்டு, நிகழும் வள்ளுவராண்டு 1987 தை மாதம் 21ஆம் நாள் (3-2-1956) வெள்ளிக்கிழமை காலை 7.30 மணிக்குமேல் 8.45 மணிக்குள், மகர ஓரையில்,

என் இளைய மகன்
நீடுவாழி
**சீராளனுக்கும்**

கண்ணமங்கலம் பண்ணையார்
திருமான் கழறிற்றறிவார்
அவர்களின் மகள் நிறைசெல்வி
**கயற்கண்ணி**க்கும்

பெரியோரால் உறுதி செய்யப்பட்டபடி, இவ்வூர்ப் பொய்யா மொழி யார் தெருவில், 23 என்னும் எண்ணுள்ள என் இல்லத்தில், மதுரைத் தியாகராயர் கல்லூரித் தலைமைத் தமிழ்ப் பேராசிரியர், பண்டாரகர் (Dr.) மா. அரசமாணிக்கனார் (எம்.ஏ.,எல்.தி.,எம்.ஓ.எல்.,பிஎச்.டி.) அவர் களைக் கரண ஆசிரியராகக் கொண்டு திருமணம் நிகழவிருப்பதால், தாங்கள் சுற்றஞ்சூழ முற்பட வந்திருந்து திருமணத்தைச் சிறப்பிப்ப துடன் மணமக்களையும் வாழ்த்தியருளுமாறு வேண்டிக்கொள்கின்றேன்.

முதுகுன்றம் (விருத்தாசலம்),
19-1-1956.

இங்ஙனம்
**மகரநெடுங்குழைக்காதன்**

**போலிகை 3**

**திருமண அழைப்பிதழ்**

ஐயன்மீர், ஐயைமீர்,

நிகழும் வள்ளுவராண்டு 1987 பங்குனி மாதம் 8ஆம் நாள் (21-3-1956) அறிவன் (புதன்) கிழமை காலை 8 மணிக்கு,

என் தங்கை
செல்வி

சென்னைப் பச்சையப்பன் கல்லூரிக் கணித
விரிவுரையாளர்

குயின்மொழியாளுக்கும்          செல்வர்கண்டறிவாருக்கும்

இவ்வூர் ஆளவந்தார் தெருவில் 19 என்னும் எண்ணுள்ள வீட்டில், திருச்சிராப்பள்ளித் 'தமிழர்நாடு' ஆசிரியர், திருவாளர் கி.ஆ.பெ. உலக நாயகம் (விசுவநாதம்) அவர்கள் நடத்திவைக்கும் திருமணத்திற்கு, தாங்கள் உற்றார் உறவினருடன் வந்திருந்து, அப் புது வாழ்க்கையரை வாழ்த்தியருளுமாறு பன்முறை வேண்டுகின்றேன்.

திருவரங்கம்,                                                                                      அன்பன்,

11-3-56.                                                                                     **சீர்திருத்தநம்பி**

**போலிகை** 4

**வாழ்க்கை ஒப்பந்த அழைப்பிதழ்**

பேரன்பீர்,

நிகழும் வள்ளுவராண்டு 1987 வைகாசிமாதம் 18ஆம் நாள் (31-3-56) வியாழக்கிழமை காலை 8-15 மணிக்குமேல் 9 மணிக்குள்,

வினைதீர்த்தான் கோயில் (வைத்தீசுவரன் கோயில்)

'தமிழன்' ஆசிரியர் தோழர்

**இளஞ்செழியனுக்கும்,**

மயிலாடுதுறைத் (மாயவரம்) தோழியர்

**தாமரைக்கண்ணிக்கும்**

மயிலாடுதுறைத் 'தமிழர் முன்னேற்றக் கழக' அலுவலகத்தில், அறிஞர் அண்ணாதுரை தலைமையில் சீர்திருத்தத் திருமணம் நடை பெறும். அவ்வமயம், சென்னைப் பச்சையப்பன் கல்லூரித் தமிழ் விரிவுரையாளர் தோழர் அன்பழகனார் (எம்.ஏ.) 'தமிழர் திருமணம்' என்னும் பொருள்பற்றிப் பேசுவார்.

தாங்கள் தமருடன் வந்திருந்து மணமக்களை வாழ்த்தியருள வேண்டுகின்றேன்.

தோழன்,

**நெடுஞ்செழியன்.**

**போலிகை** 5

**வாழ்க்கை ஒப்பந்த அழைப்பிதழ்**

அன்பரீர்,

நிகழும் வள்ளுவர் ஆண்டு 1987 வைகாசித்திங்கள் 30ஆம் நாள் (12-6-56) செவ்வாய்க்கிழமை காலை 8 மணிக்கு, நானும் மறைக் காட்டுப் (வேதாரணியம்) 'பெரியார்' துவக்கப்பள்ளி ஆசிரியை பூம் பாவையும், சேலம் அறிவுடைநம்பி தெருவில் 'பகுத்தறிவு நிலையத்தில்', ஈ.வெ.ரா. பெரியார் தலைமையில் செய்துகொள்ளும் வாழ்க்கை ஒப்பந்தத் திற்கு, தாங்கள் தமருடன் வந்திருந்து எங்களை வாழ்த்தியருளுமாறு தாழ்மையாய் வேண்டிக்கொள்கின்றோம்.

திருமணத்தின்போது, சேலங் கல்லூரி, வரலாற்றுத்துறைத் தலைவர் திரு. சொக்கப்பா அவர்கள் (எம்.ஏ., எல்.தி.), 'திருமணச் சீர்திருத்தம்' என்னும் பொருள்பற்றிப் பேசுவார்கள்.

சேலம், **மதியழகன்**

12.2.'56 **பூம்பாவை**

**போலிகை** 6

**திருமண அழைப்பிதழ்**

| மணமகன்: | மணமகள்: |
|---|---|
| (R) **துரையாண்டான் (துரைசாமி)** | (A) **கலைமகள் (சரசுவதி)** |
| சேலம் ஈரோடு மின்சாரப் | திரு வீரப்பப்பிள்ளை மகள் |
| பாதீட்டுக் குழும்பு, | |
| மட்டிட்டது. | |

அன்புடையீர்,

நிகழும் வள்ளுவராண்டு 1987 வைகாசித்திங்கள் 29ஆம் நாள் (11-6-1956) திங்கட்கிழமை காலை 9 மணிக்குமேல் 10 மணிக்குள், சேலம் கிச்சிப்பாளையம் அரங்கநாதம் பிள்ளை தெரு, 41ஆம் எண் இல்லத்தில் நடக்கும் எங்கள் திருமணத்திற்கு, தாங்கள் தங்கள் சுற்றத் தாருடன் வருகை தந்து மன்றலைச் சிறப்பிக்கப் பணிவுடன் வேண்டுகின்றோம்.

சேலம், தங்கள் அன்புள்ள,

7-6-1956. **துரையாண்டான்**

**கலைமகள்**

**போலிகை** 7

தமிழ் வாழ்க! தமிழ்க்கொடி வெல்க!

**மன்றல் அழைப்பு மடல்**

அன்பர்காள்,

நிகழும் வள்ளுவராண்டு 1987 நேர்வான் (சித்திரை) மாதம் 20ஆம் நாள் (2-5-'56) அறிவன் (புதன்) கிழமை காலை 8 மணிக்கு,

வேலூர் மிதிவண்டிச் செப்பனீட்டாளர் திருவாளர் **வடிவேலனார்க்கும்**

குடியேற்றம் (குடியாத்தம்) மருத்துவச்சியார் திருவாட்டியார் **வள்ளியம்மையார்க்கும்**

வேலூர் மணமண்டபத்தில் 'கீழை உயிரீட்டு வைப்புறுதி' (Oriental Life Insurance) முகவர் (Agent) திருவாளர் அண்ணல்தங்கோ நடத்தி வைக்கும் தமிழ்த்திருமணத்திற்கு, தாங்கள் தவறாது குடும்பத்துடன் வந்திருந்து, மணமக்களை வாழ்த்திருயருளப் பெரிதும் வேண்டு கின்றேன்.

வேலூர், தமிழ்த் தொண்டன்,

25-4-'56. **நக்கீரன்**

2. **திருமண நிகழ்ச்சி நிரல்**

(1) கடவுள் வணக்கம்

(2) கரணம்

(3) சொற்பொழிவு

(4) வாழ்த்திதழ் படித்தல்

(5) பாகடைப் பகிர்வு (தாம்பூலம் கொடுத்தல்)

(6) பரிசளிப்பு

(7) நன்றி கூறல்

(பாகு = பாக்கு. அடை = இலை, வெற்றிலை. பாகு+அடை = பாகடை)

3. **திருமணத் தமிழ்க் கரணம்**

தமிழ்ப்புலவர், ஆசிரியர், தமிழப்பார்ப்பார், குலத்தலைவர், அறிஞர், முதியோர் முதலியவருள் ஒருவரான

கரண ஆசிரியர் அல்லது திருமண ஆசிரியர், திருமணப் பந்தலில் அல்லது கொட்டகையில் உள்ள மணவறையிலாயினும் மணமேடையிலாயினும், திருமண மண்ட பத்தில் அல்லது கட்டடத்தில் ஒரு கோடியிலாயினும், மணமக்களை ஓர் அறுகாலியில் (bench) அல்லது இணையிருக்கை மெத்தை நாற் காலியில் நெருங்கியிருக்கச் செய்து, திருமண அவையோரை நோக்கி நின்று,

பெருமானரே! பெருமாட்டியரே!

(அல்லது)

பெரியோரே! தாய்மாரே!

(அல்லது)

உடன்பிறப்பாளரே! உடன்பிறப்பாட்டியரே!

என விளித்து,

இன்று.................என்னும் மணமகனுக்கும்,.........................என்னும் மணமகளுக்கும், இறைவன் திருமுன்பும் இங்குள்ள பெரியோர் முன்னிலையிலும், (இங்குள்ள பெரியோர் முன்னிலையில்) திருமணக் கரணம் நிகழவிருக்கின்றது. அனைவரும் அமைதியாயிருக்கக் கேட்டுக் கொள்கின்றேன்; என்று அவையமர்த்தி,

*"அகர முதல எழுத்தெல்லாம் ஆதி*

*பகவன் முதற்றே யுலகு"*

என்னும் முதற் குறளையேனும்,

*"உலகம் யாவையும் தாமுள வாக்கலும்*

*நிலைபெ றுத்தலும் நீக்கலும் நீங்கலா*

*அலகி லாவிளை யாட்டுடை யார்அவர்*

*தலைவர் அன்னவர்க் கேசரண் நாங்கள்"*

என்னும் கம்பராமாயணக் கடவுள் வணக்கச் செய்யுளையேனும்,

*"உலகெ லாமுணர்ந் தோதற் கரியவன்*

*நிலவு லாவிய நீர்மலி வேணியன்*

*அலகில் சோதியன் அம்பலத் தாடுவான்*

*மலர்சி லம்படி வாழ்த்தி வணங்குவாம்"*

என்னும் பெரியபுராணக் கடவுள் வணக்கச் செய்யுளையேனும்,

***துங்க இல்லறத் துணைமையை நாடியே***
***இங்க மர்ந்துள இம்மண மக்களை***
***மங்க லம்மிகு மணவினைப் படுத்தவே***
***எங்குந் தங்கிய இறையடி பணிகுவாம்***

என்னும் திருமண இறைவணக்கச் செய்யுளையேனும், பத்தியுணர்ச்சி யுடன் ஓதி, பின்வருமாறு கரணம் நடத்திவைத்தல் வேண்டும்.

கடவுள் நம்பிக்கையில்லாவிடத்தில் கடவுள் வணக்கத்தை விட்டு விடலாம்.

கரண ஆசிரியர் (மணமகனை நோக்கி)................... நீ (நீர்).................... என்னும் இவளை (இவரை) உன் (உம்) வாழ்க்கைத்துணையாகக் கொள்ள இசைகின்றாயா? (இசைகின்றீரா?)

மணமகன் - இசைகின்றேன்.

க.ஆ. (மணமகளை நோக்கி) ............. நீ (நீர்)................ என்னும் இவனை (இவரை) உன் (உம்) வாழ்க்கைத் துணையாகக்கொள்ள இசைகின்றாயா? (இசைகின்றீரா?)

மணமகள் - இசைகின்றேன்.

க.ஆ. (மணமகன் குரவரை நோக்கி) ....... உங்கள் மகன் (மகனார்)....... என்பவன் (என்பவர்) ............... என்னும் இந் நங்கையை (நங்கையாரை) வாழ்க்கைத் துணையாகக் கொள்வது, உங்கட்கு இசைவுதானா?

மணமகன் குரவர் - இசைவுதான்.

க.ஆ. (மணமகள் குரவரை நோக்கி) உங்கள் மகள் (மகளார்)........ என்பவள் (என்பவர்) ....... என்னும் இந் நம்பியை (நம்பியாரை) வாழ்க்கைத் துணையாகக் கொள்வது, உங்கட்கு இசைவுதானா?

மணமகள் குரவர் - இசைவுதான்.

க.ஆ. (மணமகன் தன் வலக்கையால் மணமகள் வலக்கையைப் பிடிக்கச் செய்து, பின்வரும் உறுதிமொழியைத் தாம் தொடர் தொடராகச் சொல்லி, மணமகனைச் சொல்வித்து, அது முடிந்தபின், மணமகளையும் அவ்வாறே சொல்வித்தல் வேண்டும்).

மணமகன் : ......ஆகிய நான்,......ஆகிய உன்னை, இன்று என் வாழ்க்கைத் துணையாக ஏற்றுக்கொண்டு, என் உயிர் உடல் பொருள் மூன் றையும் உனக்கே ஒப்புவித்து, என் வாழ்நாள் முழுதும், உன் காதற் கணவனா யிருப்பேனென்று, இறைவன் திருமுன்பும், இங்குள்ள பெரியோர் முன்னிலையிலும் (இங்குள்ள பெரியோர் முன்னிலையில்) உறுதி கூறுகின்றேன்.

மணமகள்: ........................................ ஆகியநான்.......... ..................... ஆகிய உம்மை, இன்று என் வாழ்க்கைத் துணையாக ஏற்றுக்கொண்டு, என் உயிர் உடல் பொருள் மூன்றையும், உமக்கே ஒப்புவித்து, என் வாழ்நாள் முழுதும், உம் காதல் மனைவியா யிருப்பேனென்று, இறைவன் திருமுன்பும், இங்குள்ள பெரியோர் முன்னிலையிலும், (இங்குள்ள பெரி யோர் முன்னிலையில்) உறுதி கூறுகின்றேன்.

க.ஆ. (உறுதி கூறல் முடிந்தவுடன், மணமகன் மணமகள் கழுத்தில் மங்கலநாணைக் கட்டச் செய்து, அல்லது மணமகள் மோதிர விரலில் மோதிரத்தைச் செறிக்கச் செய்து, இரு வரையும் மாலை மாற்றுவிக்கவேண்டும். அதன்பின், மண மக்கள் இருவரையும், பின்வருமாறு வாழ்த்த வேண்டும்).

மணமக்களாகிய நீங்கள் இருவீரும், ஓருயிரும் ஈருடலுமாக ஒன்றி, பகுத்தறிவு பாங்கிருக்க, தன்மானந் தழைத்தோங்க, குன்றாச் செல்வமுங் குறையா நலமுங்கொண்டு. உற்றோர் மகிழவும் மற்றோர் புகழவும் (எல்லாம் வல்ல இறைவன் அருளால்) நிலவுலகில் நீடூழி வாழ்ந்திருக்க.

(குரவர் - தந்தை, தாய், தமையன், தமக்கை, காப்பாளர், பெரி யோர் ஆகியவருள் ஒருவர்).

**4. கரணத்தொடர்பான சில சீர்திருத்தக் கருத்துகள்**

(1) **பிள்ளையார் வணக்கம்**

பிள்ளையார் வணக்கம் கடைச்சங்க காலத்திற்குப் பின்புதான் தமிழகத்திற் புகுந்தது. இறைவன் ஓங்கார வடிவினன் என்று சொல்லப் பட்டதினாலும், ஓங்காரத்தின் வரிவடிவம் யானைவடிவை ஒத்திருப்ப தாலும், யானை வடிவில் ஒரு தெய்வம் ஆரியப் பூசாரியரால்

புதிதாய்ப் படைக்கப்பட்டு, சிவநெறியை முன்னினும் மிகுதியாய் ஆரியப்படுத்தவும் சேயோன் என்னும் முருகனுக்குச் செய்யும் வழிபாட்டையும் அவனுக்குத் தந்தையாகச் சொல்லப்பட்ட சிவனுக்குச் செய்யும் வழிபாட் டையும் குறைக்கவும், தமிழருக்குள் மற்றுமொரு மதப்பிரிவையுண்டு பண்ணவும், புகுத்தப்பட்டதாக அறிஞர் கருதுகின்றனர். சிவன் அல்லது திருமால் என்னும் பெயரால் எல்லாம் வல்ல இறைவன் ஆகிய முழு முதற் கடவுளே வணங்கப்படுதலின், அவனை வணங்குவார்க்கு, அவ னுக்கு மகன் அல்லது மருகன் முறைப்பட்ட வேறொரு சிறுதெய்வம் வேண்டியதேயில்லை. மேலும், இறைவன் படைப்பில் தலைசிறந்த மாந்தன் வடிவில் இறைவனை வணங்குவதே பகுத்தறிவுள்ள மக்கட்கு இழுக்காயிருக்க, ஓர் அஃறிணை யுயிரியின் வடிவில் எத் தெய்வத்தையும் வணங்குவது, இவ் இருபதாம் நூற்றாண்டு உயர்திணையாளனுக்கு எள்ளளவும் பொருந்தாதென்பது சொல்லாமலே பெறப்படும்.

சிவநெறியும் மால்நெறியும் தமிழ மதம் என்பதும், கணபதி வணக்கமான காணபத்தியம் பிற்கால ஆரியச் சேர்க்கை என்பதும், என் 'தமிழர் மதம்' என்னும் நூலில் விரிவாகக் கூறப்பெறும்.

(2) **விளக்குவைத்தல்**

நாகரிகம் முற்றாத பண்டைக்காலத்தில், ஐம்பூதங்களுள் ஒன்றான தீ இறைவன் அடையாளமாகக் கருதப்பட்டது. அதனால், மணவறையில் குத்துவிளக்கைக் கொளுத்திவைத்தனர். அறிவு மிக்க இக்காலத்திற்கு அக் கருத்து ஏற்காது. அதனால், தாலித்தட்டிற் சூடங்கொளுத்தவும் வேண்டுவதில்லை.

(3) **அறுகிடல்**

சிறுபிள்ளை நிலையிலிருந்த முதுபண்டைமக்கள் மணமக்களை வாழ்த்தியபோது, அவர் குடும்பம் அறுகுபோல் வேரூன்றி உணவுத் தட்டில்லாமல் வாழவேண்டுமென்று குறித்தற்கு, அறுகும் அரிசியும் கலந்து அவர்மீது தூவினர். இன்று அப் பொருள்களின்றியே அக் குறிப்பொடு வாழ்த்த முடியுமாதலின், அவற்றைத் தூவவேண்டுவ தில்லை. வீணாக வாரியிறைக்கும் அரிசியை இரப்போர்க்கும் ஏழை மக்கட்கும் அளிப்பின், எத்துணையோ அறப்பயனுண்டாம்.

இங்கு அரிசிக்குக் கூறியது, மணவறையில் வைக்கப்படும் ஏனை மங்கலப் பொருள்கட்கும் ஒக்கும்.

## 5. திருமண வாழ்த்திதழ்

**போலிகை** 1

இறைவன் வகுத்த இயற்கை நெறிப்படி, இல்லறமென்னும் நல்லறம் புகுந்த நண்பர்காள்,

நீங்கள் இன்றே உண்மையான உலக வாழ்க்கை தொடங்கி, நீங்காத வாழ்க்கைக் கூட்டாளியராயினீர். ஓருயிரும் ஈருடலுமாக ஒன்றிய காதலராய், இன்பத்திலும் துன்பத்திலும் வாழ்விலும் தாழ்விலும் ஒருநிலைப்பட்ட உள்ளத்தினராய்,

***"அன்பும் அறனும் உடைத்தாயின் இல்வாழ்க்கை***
***பண்பும் பயனும் அது"***

என வள்ளுவர் வகுத்த வாழ்க்கையினராய், அறிவுடை மக்களை அளவாகப் பெற்று, அளவில் காலம் இன்புற்று வாழ்ந்திருப்பீராக.

**போலிகை** 2

மாண்புமிக்க மனையறம் புக்க மணமக்காள்,

நீங்களிருவீரும், அன்றிலைப்போல அகலாதிருந்து, இன்பினுக் கெல்லை இம்மையிற் கண்டு, பல்வகைச் செல்வமும் பாங்காயுதவ, வளவனும் வாழ்வரசியுமாய், காவிரி மணலினுங் கழிபலநாள் வாழ்ந்திருக்க.

உங்கள் மரபு, வாழையடி வாழையாய் வழிவழி சிறக்க.

**போலிகை** 3

**மன்றல் வாழ்த்துமடல்**

இல்லறம் என்னும் இணைவாழ்க்கையேற்ற துணைவர்காள்,

நீங்கள் இருவீரும், காதல் என்னும் பூங்காவில் இன்பம் என்னும் தேனை நுகரும் வண்டுகள். இல்லறம் என்னும் சகடத்தை உலக வாழ்க்கை என்னும் கரட்டுப்பாதையில் இழுத்துச் செல்லும் இளங் காளைகள். ஞாலம் (பூமி) என்னும் பண்ணையில் மக்கள் என்னும் பயிரை வளர்க்கும் உழவர்கள்.

பசியும் பிணியும் பாரில் நீங்கவும், மக்கள் யாவரும் மக்களாய் வாழவும், உங்கள் வாழ்க்கை பயன்படுவதாக.

பால் புளித்தாலும் பகல் இருண்டாலும், உலகம் பெயர்ந்தாலும் உயர்ந்தோர் பிழை செய்தாலும், நீங்கள் நிலைபிறழாது நீடூழி வாழ்ந்திருக்க.

போலிகை 4

**திருமண வாழ்த்துப் பா**

(நேரிசையாசிரியம்)

*மங்கலந் தங்கும் மனையறம் மருவும்*

..................................................

***ஓருயி ரெனவே ஒன்றிய காதலிற்***
***பல்வகைச் செல்வமும் பாங்கா யுதவ***
***இம்மையின் இன்பத் தெல்லை கண்டே***
***ஏனையர்க் கெல்லாம் இயல்வரை யுதவி***
***உற்றோர் மகிழவும் மற்றோர் புகழவும்***
***வள்ளுவன் நெறியும் தெள்ளிய தமிழும்***
***மாநிலம் எங்கணும் பரவ***
***வாழியர் நன்கு வையகம் நெடிதே.***

**6. தாலிகட்டும் வழக்கம் தமிழரதே**

ஒரு காதலன் தன் காதலிக்கு, அல்லது ஒரு மணமகன் தன் மணமகளுக்கு, அல்லது கணவன் தன் மனைவிக்கு, கழுத்தில் தாலி கட்டுவதன் வாயிலாய், அவளைத் தன் வாழ்க்கைத்துணைவி என்று பிறர்க்குக் காட்டுவது, தமிழகத்துத் தொன்றுதொட்ட வழக்கமாயி ருந்துவருகின்றது.

கட்டுதல் என்னும் சொல் மணத்தல் என்று பொருள்படுவது, தாலிகட்டும் வழக்கம் பற்றியே. ஓர் இளையானை அல்லது இளையாளை நோக்கி, 'நீ யாரைக் கட்டப்போகிறாய்?' என்று கேட்பது உலக வழக்கு. மணமக்கள் இருவருள்ளும் தாலி கட்டுவது மணமகனும் அவனால் கட்டப்படுவது மணமகளுமா யிருப்பினும், கட்டுதல் என்னும் சொல் மணத்தல் என்னும் பொருளில் வழங்கத் தலைப்பட்டபின், அது இருவர்க்கும் பொதுவான சொல்லாயிற்று.

முதற்காலத்தில், மக்கள் குடும்பப்பிரிவின்றிக் குலங்குலமாய் அல்லது தொகுதிதொகுதியாய் வாழ்ந்துவந்த நிலையில், ஒரு குலத்துப் பெண்டிர்,பெரும்பாலும் குலத்தலைவன் மனைவியர் நீங்கலாக, அக் குலத்து ஆடவர் அனைவர்க்கும் பொது மனைவியராகவே இருந்து வந்தனர். பின்பு நாகரிகந் தோன்றித் தனிமனைவியர் ஏற்பட்டபின், ஒருவன் தன் மனைவியை அல்லது மனைவியரை வேறாகப் பிரித்து வைத்தற்கு, தாலிகட்டும் வழக்கம் ஏற்பட்டது. 'ஈகை யரிய இழையணி மகளிர்' (புறம். 127),என்பது தமிழப்பெண்டிர் தாலியணியும் வழக்கத்தைக் குறிக்கும் சங்கநூற் சான்றாம்.

முந்துகாலத்தில், சிறப்பாகக் குறிஞ்சிநிலத்தில் வாழ்ந்து வந்தபோது, இலையையும் பூவையும் ஆடையணியாக அணிவது தமிழர் வழக்கம். நால்வகை யிலையுள்ளும் ஓலையென்பது தியானதாதலின், பனங்குருத்தால் காதணி கழுத்தணி முதலிய பல்வேறு அணிகளை அவர் செய்துகொண்டனர். சேரன் பனம்பூ மாலையை அடையாள மாலையாகக் கொண்டிருந்ததினாலும், ஓலையைக் குறிக்கும் தோடு என்னும் சொல் இன்றும் காதணிப்பெயராய் வழங்குதலாலும், காதில் ஓலையணிவதால் ஓலைப்பள்ளி யென்று பெயர் பெற்ற ஒரு பள்ளி வகுப்பார் இன்றிருத்தலாலும், தாழ்த்தப்பட்ட சில குலத்துப் பெண்டிர் ஓலையையே காதில் அணிவதாலும், பழங்காலத்தில் ஓலையணிகளைக் காதிலும் கழுத்திலும் தமிழப் பெண்டிர் அணிந்தனர் என்பதில், எள்ள ளவும் வியப்பிற்கிடமின்றாம். காதிற்போன்றே கழுத்திலும் பனங்குருத் தணி அணியப்பட்டமை.

***"தாலிக் கொழுந்தைத் தடங்கழுத்திற் பூண்டு"***

என்னும் நாலாயிரத் தெய்வப் பனுவலடியால் (திவ். பெரியாழ். 2, 6, 1) தெரியவரும்.

தாலத்தின் ஓலையினாற் செய்யப்பட்டதினாலோ, தால்போல் தொங்குவதினாலோ, பெண்டிரின் திருமணக் கழுத்தணி தாலியெனப் பெயர் பெற்றிருக்கலாம். தாலம் பனை. தால்- நாவு. இனி, நாலி (தொங்கு வது) என்பது தாலி எனத் திரிந்தது எனலுமாம்.

மக்கள் நாகரிகமடைந்து பொன்னால் அணி செய்யத் தொடங்கிய பின், தாலியும் பொன்னாற் செய்யப்பெற்றது.

***"பொற்றாலி யோடெவையும் போம்"***

என்றார் ஔவையார்.

சிலர் பொற்றாலியில் மணியும் பதித்துக்கொண்டனர்.

*"நாணுள் ளிட்டுச் சுடர்வீசு நன்மாணிக்க நகுதாலி*
*பேணி நல்லார் கழுத்தணிந்து"*

என்பது சிந்தாமணி (2697).

*"பன்மணிப் பூணுஞ் சின்மணித் தாலியும்"*

என்பது பெருங்கதை (19:119)

பண்டைக் காலத்தில் கழுத்தி லணியப்படும் அணிகளெல்லாம் தாலியெனப்பட்டமை, அச்சுத்தாலி முளைத்தாலி புலிப்பற்றாலி ஐம்படைத்தாலி முதலிய பெயர்களால் அறியப்படும். அச்சுத்தாலி என்பது காசுமாலை. முளைத்தாலி யென்பது சிறுமியர் கழுத்திலணியப் பெறும் சிறுமணிமாலை. புலிப்பற்றாலி யென்பது குறிஞ்சிநிலச் சிறார் கழுத்திலும் பெண்டிர் கழுத்திலும் அணியப்பெறும் புலிப்பல் மாலை. ஐம்படைத்தாலி என்பது திருமாலின் ஐம்படையாகிய சங்கு சக்கர வில்வாள் தண்டவடிவிற் செய்யப்பட்டு, சிறுவர் கழுத்தில் பாதுகாப்பாக அணியப்பெறுவது. ஐம்படைத்தாலி, 77ஆம் புறப்பாட்டில் தாலியென்றே சொல்லப்பட்டது.

இனி, குதிரையின் கழுத்தில் அணியப்பெற்ற தாலியென்னும் அணியும் உண்டு.

*"வலியுடை யுரத்தின் வான்பொற் றாலி"* (18:13)

என்று பெருங்கதை கூறுதல் காண்க. சில வெள்ளாட்டின் கழுத்தில் தொங்கும் சதையும், ஒப்புமைபற்றித் தாலியெனப்படும்.

*"கயிற்கடை யொழுகிய காமர் தூமணி*
*செயத்தகு கோவை"* (6 : 01 - 2)

என்னும் சிலப்பதிகாரத் தொடரில், கோவை என்பதற்குப் 'பின்றாலி' யென்று அரும்பதவுரைகாரரும் அடியார்க்கு நல்லாரும் உரைத்தி ருப்பதால், அக்காலத்து முன்றாலி பின்றாலியென இருவகையணியி ருந்தமையும் பெறப்படும். முன்றாலி மார்பில் தொங்குவது;

பின்றாலி முதுகில் தொங்குவது. இவற்றால், தாலி என ஒரு தனியணி முற்காலத்தி ருந்தமையும், பின்பு எழுந்த அதன் வேறுபாடுகள் அவற்றிற்கேற்ப வெவ்வேறு அடையடுத்துக் கூறப்பட்டமையும் பெறப்படும்.

தாலி என ஒரு குறிப்பிட்ட மங்கல அணி பிற்காலத்துத் தோன் றியபின், அது ஒவ்வொரு குலத்திற்கும் ஒன்றாக வெவ்வேறு வடிவிலும் அளவிலும் செய்யப்பட்டு அததற்கேற்பப் பெயரும் பெற்றது. ஆமைத் தாலி, பொட்டுத்தாலி, சிறுதாலி, பெருந்தாலி என்பன சில பெயர்கள்.

தாலிபோன்றே தாலிக்கொடியும் மங்கலமாகக் கருதப்பட்டு, மங்கலநாண் எனப்பெற்றது. அது முதற்கண் மஞ்சள் தோய்த்த நூற் கயிறாயிருந்ததினால், சில குலத்தார் இன்னும் அதன் பழநிலையை மரபாகப் போற்றிக் காப்பர். சில குலத்தார் அதைப் பொற்கொடியாகச் செய்துகொள்வர். இனி, மங்கலநாணையே தாலியாகக் கொண்டாரும் உண்டு.

தாலியையும், தனியாக அணிவதும் வேறு சில உருக்களுடன் சேர்த்து அணிவதுமாக, இருவேறு மரபுகள் எழுந்துள்ளன. தாலியையே அணியாக முதுபண்டை நிலையில், இன்றும் பல அநாகரிகத் திரவிட மரபினர் உளர். கொங்குநாட்டு வேளாளப் பெண்டிர் கனத்த தாலியை அணிவதால், சிறப்பு நாள்களில் அதை அணிவதும் பிற நாள்களிற் கழற்றி வைத்திருப்பதும் அவர் வழக்கம்.

தாலிகட்டுவது ஆரியர் வழக்கமன்றென்பது, பின்வரும் (P.T.) சீநிவாச ஐயங்கார் கூற்றால் அறியப்படும்.

"திருமணச் சடங்குகளில், தலைமையானதாகத் தாலியணிவதும், மஞ்சள் தோய்த்த நாணைக் கழுத்திற் கட்டுவதும் போன்ற சில அனாரிய வழக்கங்கள், தெற்கத்துப் பிராமணப்பெண்டிர்க்கு அருமை யாக உள்ளன" 'தமிழர் வரலாறு' (History of the Tamils) ப. 57.

"இது (தாலியணிவது) கிருகிய சூத்திரங்களிலேயே சொல்லப்படாத ஒரு தூய தமிழ வழக்கம். கையைப் பிடிக்கும் பாணிக் கிரகணத்தையும் ஏழடியிடும் சப்த பதீயையுமே, திருமணச் சடங்கின் உயிர்நாடிப் பகுதி களாகக் கிருகிய சூத்திரங்கள் கொள்கின்றன" மேற்படி, அடிக்குறிப்பு.

பாணிக்கிரகணம் என்பது எங்ஙனம் ஆரியர்க்கு முதன்மையா னதோ, அங்ஙனமே தாலிகட்டு என்பதும் தமிழர்க்கு முதன்மையான தென்க.

"மணமகன் தாலியை எடுத்து, 'பெண்ணே! அறப்பயன் பெறுவ தற்குத் தாலி கட்டுகின்றேன்' என்று சொல்லி, மணமகள் கழுத்தில் ஒரு கயிற்றாற் கட்டுகின்றான். இக் கூற்று வேதமந்திரமன்று. மணச் சடங்கின் இப் பகுதியும் கிருகிய சூத்திரங்களிற் சொல்லப்படவில்லை." 'தென்னாட்டுக் குலமரபு' (Castes and Tribes of Southern India),பு. 285.

கழுத்திலணியும் தாலியினும் கையிலணியும் மோதிரமே கண்ணியமும் நாகரிகமும் வாய்ந்ததெனின், கொத்துக்கொத்தாய்ப் பொற் றொடரியும், மொத்த மொத்தமாய்ப் பன்மணிமாலையும் கழுத்தி லணியும்போது, தாலிக்கேன் இடமில்லையென எதிர் வினவி விடுக்க.

குறிப்பு : தமிழரெல்லாரும் ஓரினமாயினும், பழக்க வழக்கங்களில் வேறுபட்ட பல்வேறு தமிழக் குலங்கள் தொன்றுதொட்டு இருந்துவருவதாலும், கடைக்கழகக் காலத்திலேயே சில தமிழக் குலங்கள் சில ஆரிய வழக்கங்களை மேற்கொண்டுவிட்டதனாலும், இதுபோதுள்ள ஓரிரு சான்றுகளைமட்டுங் கொண்டு, கழகக்காலத்தில் தாலி ஒரு குலத் தார்க்கும் மங்கலவணியாகவில்லை என்று முழுவுறுதியாய்க் கூறிவிட முடியாது. ஆயின், அது முதற்காலத்தில் அழகு அல்லது காப்புப்பற்றிய பொதுவணியாகவே தோன்றிற்று என்பதும், அது தமிழர் அணியே என்பதும் தெள்ளத் தெளிவாம்.

### 7. மலையாள நாட்டு மணமுறை

பண்டைச் சேரநாடாகிய மலையாள நாட்டில், ஆரியத் தொடர் பால், மணமுறையில் மிகுந்த மாறுதல்கள் நேர்ந்துள்ளன. சேரநாட்டில் முதன்முதற் குடிபுகுந்த பிராமண வகுப்பாரான நம்பூதிரிமார் தம்மை நிலத்தேவர் (பூசுரர்) என நாட்டி மதத் துறையில் அளவிறந்த தெய்விகச் செல்வாக்குப் பெற்றதுடன், ஆங்காங்குப் பெருநிலக்கிழாரும் குறுநில மன்னருமாய் ஆட்சித்துறையிலும் மிகுந்த அதிகாரத்தைக் கைப்பற்றி, குலவியல் வரிசையில் தம்மைத் தலையாகச் செய்து, சேரநாட்டுப் பழந்தமிழ்க் குடிகளுட் சிறந்த நாயர்குலப் பெண்டிரை, தம் விருப்பம்போல் பொறுப்பற்ற முறையில் நுகர்தற்கேற்ற மணமுறைகளை வகுத்துவிட்டனர்.

நம்பூதிரிப் பிராமணர்க்குள் பல மக்களிருப்பின் தலைச்சனுக்கே அல்லது மூத்தவனுக்கே சொத்துரிமையும் மணவுரிமையுமாதலால், அவனுக்கிளையவரெல்லாம் நாயத்திமாரையே வைப்பு முறையில் மனைவியராக ஆண்டு வந்தனர். ஆயின், அவர்க்குப் பிறக்கும் பிள்ளை கட்குத் தந்தையின் சொத்துரிமையில்லாததால் மருமக்கட்டாயம் (அம்மான் சொத்துரிமை) நாயர் குலத்தில் ஏற்படுத்தப்பட்டது. பிராமணர் எந்தச் சமையத்திலும் எந்த நாயத்தியையும் நுகருமாறு பல்கணவமும் ஏற்படுத்தப்பட்டது.

நாயத்திமார் நாயரையும் பிராமணரையும் மட்டும் மணக்கலாமென்றும், அவருள் பிராமணரை மணப்பது தெய்வத்தை மணப்பது போன்ற பெரும்பேறு என்றும், அதனால் குலம் உயரு மென்றும், கருத்துகள் எழுந்தன. பிராமணர், நாயத்திமாரொடு காம நுகர்ச்சியன்றி வேறெவ்வகை உறவுங்கொள்ளாது, அவரைத் தம் இல்லத்திலும் சேர்க்காது, தாம் வேறாகவே வாழ்ந்து வந்தனர். அவருக்கு நாயத்திமாரிடம் பிறக்கும் பிள்ளைகளும், தம் தந்தையரை அறியாது தம் தாயாருடன் தரை என்றும் தரைவாடு என்றும் சொல்லப்படும் நாயர் குடியிருப்புகளில் நாயர் குலத்தினராக வளர்ந்து வந்தனர்.

மணவாது கன்னியாய் இறப்பவள் தீக்கதியடைவாள் என்றொரு மூடநம்பிக்கை நம்பூதிரியராற் புகுத்தப்பட்டுவிட்டதினால், முதலாவது நாயர் குலத்திலும் பின்பு அதனினுந் தாழ்ந்த வேறு சில குலங்களிலும், தாலிகட்டு என்னும் பகடிக்கூத்தான இளமை மணம் ஏற்படுத்தப்பட்டது. இதனால், பெண்வீட்டார்க்குச் செலவும், பிராமணருள்ளிட்ட பிறர்க்கு வரவும் ஏற்பட்டன. தாலி என்னும் மங்கல அணி தன் சிறப்பியல்பை இழந்தது. மகளிர் பூப்படையுமுன் செய்யப்படும் தாலிகட்டு என்னும் மணவினை நாளடைவில் பொருளற்றுப் போய்விட்டதனால், அவர் பூப்படைந்த பின் மீண்டும் ஒரு மணவினை (ஆயின், உண்மையான திருமணம்) நடைபெறலாயிற்று. இது சம்பந்தம் என்னும் வடசொற் பெயரால் வழங்கிவருகின்றது. இங்ஙனம் மணவினை இரண்டாயிற்று.*

தாலிகட்டு

தாலிகட்டு என்னும் பணவினையைப்பற்றி, திரு (K.R.) கிருட்டிண மேனன் கூறிய சான்றியமாக 1894ஆம் ஆட்டை மலபார் மணவிடைக் குழு (Malabar Marriage Commission) அறிக்கையில், வரைந்திருப்பதாவது:

**(• இற்றைத் தமிழ்நாடாகிய சோழபாண்டி நாடுகளிலும், மணவுறவு சம்பந்தம் என்றும், உறவாடி சம்பந்தி என்றும், வடசொல்லால் அழைக்கப் பெறுதல் காண்க. ஆயின், சம்பந்தங் கலப்பவர், தமிழ்நாட்டில் மணமக்களின் பெற்றோராகவும். மலையாள நாட்டில் மணமகனாகவும் கருதப்பெறுவர்.)**

> "தாலிகட்டுக் கலியாணம் என்பது, ஒருவகையில், மற்ற மாவட்டங்களில் ஒரு தேவகணிகை (தேவதாசி) அவள் தொழிலைத் தொடங்குமுன், அவட்குச் செய்யப்படும் சடங்கை ஒத்ததாகும். அரசகுடும்பங்களிலும் சில இடைப் பிரபுக்கள் குடும்பங்களிலும் ஒரு சத்திரியன், அல்லது சரணப்பிரிவில் ஒரு நெடுங்காடி, குறிக்கப்பட்ட மங்கலவேளையில் பெண்வீட்டிற்கு அழைக்கப் பட்டுவந்து, நண்பர் முன்பும் குலத்தார் முன்பும் பெண் கழுத்தில் தாலியைக் கட்டிவிட்டு, அதற்குரிய கூலியை வாங்கிக்கொண்டு போய் விடுகின்றான்மற்றப் பிரிவுகளில் ., பெண்ணின் பிறப்பியம் அவளுடைய இனங்கள் குடும்பத்துப் பையன்களின் பிறப்பியங்களோடு (சாதகம்) ஒப்புநோக்கப்பட்டு, ஒத்த பிறப்பியத்திற்குரிய பையன் தாலிகட்டத் தகுந்தவனாகக்

குறிக்கப்படுகின்றான்தாலிகட்டக் கண .ியெனால் ஒருநாள் குறிக்கப் படுகின்றதுபையனின் . பையனுக்கு அயினியூண் .குடும்பத்துக் கரணவனுக்குச் செய்தி யைத் தெரிவிக்கின்றனர் அதிலிருந்து அவன் மணவாளன் அல்லது பிள்ளை என .என்றொருவிருந்து அளிக்கப்படுகின்றது மணவாளனுக்கு விருந்து நடந்த வீட்டிலி .அழைக்கப்படுகின்றான்ருந்து ஓர் ஊர்வலம் புறப்படுகின்றதுவாளும் கேடகமும் தாங்கிய ஆடவர் ., ஒருவகைப் போர்க்கூச்சலிட்டுக்கொண்டு ஊர்வலத் தின் முன் செல்கின்றனர்இந்தச் சமையத்தில் . பெண்வீட்டிலிருந்தும் இத்தகைய ஆடவரொடும் இத்தகைய கூச்சலொடும் ஓர் ஊர்வலம் பெண்ணின் தரவாட்டை .கிளம்புகின்றதுச் சேர்ந்த ஒருவன் ஊர்வலத் தின் முன்வந்து, மணவாளனை எதிர்கொண்டு பெண்வீட்டிற்கு அழைத்துச் செல்கின்றான்அங்கே ., பெண்ணின் உடன்பிறந்தான் அவன் பாதங் களைக் கழுவி, ஓர் இணை வேட்டியைப் பெற்றுக் கொள்கின்றான்பின்பு மணவாளனை ., மூங்கிற்பாயும் சமுக்காளமும், வெள்ளைத்துணியும் விரித்துள்ள பந்தலின் நடுவிடத்திற்குக் கொண்டு போய் இருத்துகின் றனர்அதன் பின் ., பெண்ணின் உடன்பிறந்தான் அவளை வீட்டிற்குள் ளிருந்து தூக்கிக்கொண்டு வந்து, மும்முறை பந்தலை வலம்வந்து மணவாளனின் இடப்புறத்தில் விட்டுவிடுகின்றான்அன்று பெண்ணின் . தந்தை கம்பளியிற்கட்டப்பட்ட புத்தாடைகளை, இருவர்க்கும் அளிக் கின்றான்இருவரும் ., மந்திரவடி என்னும் அப் புத்தாடைகளை அணிந்து கொள்கின்றனர்பின்பு ., பெண்ணின் தரவாட்டுக் கரணவன் மனைவி, அதே குலத்தினளாயிருப்பின், பெண்ணைச் சிலம்பு முதலிய அணிகளால் அலங்கரிக்கின்றாள்அதன் பின் இளையாத் .து என்னும் ஒரு தாழ்ந்த பிராமண வகுப்பைச் சேர்ந்த புரோகிதன், தாலியை மணவாளனிடம் கொடுக்கின்றான்குடும்பக்கணியன் . மணவாளன் தன் வாளை மடியிலிட்டு .என்று கத்துகின்றான் (முகூர்த் தம்) முழுத்தம், தாலியைப் பெண்ணின் கழுத்திற் கட்டுகின்றான்அன்று பெண் ஓர் அம்பையும் ஒரு . முகக்கண்ணாடியையும் கையிற் பிடித்துக் கொண்டி ருக்கின்றாள்செல்வக்குடும்பங்களில் ., ஒரு பிராமணி மண மக்களை வாழ்த்திச் சில பாட்டுப் பாடுகின்றாள்அவளை அமர்த்த முடியாத . எளிய குடும்பங்களில், பாட்டில் தேர்ச்சி பெற்ற ஒரு நாயன் அப் பணியை ஆற்றுகின்றான் . பின்பு இனங்கர மணவாளனையும் பெண் ணையும், வீட்டிற்குள் சுவடிக்கப்பட்ட ஓர் அறைக்குத் தூக்கிக் கொண்டு போகின்றனர்அங்கே அவர்கள் ஒருவகைத் தீட்டுநிலையில் முந் . நாலாம் நாள் .நாளைக் கழிக்கின்றனர், இருவரும், அருகிலுள்ள நீர் நிலையில், ஒருவர் கைகளை ஒருவர் பிடித்துக் கொண்டு நீராடுகின்றனர்நீராடி ஆடைமாற்றியபின் ., ஊர்வலத்தின் பின்னாக வீடு திரும்புகின்றனர்மேளதாளமும் யானைகளும் ஊர்வலத்தில் வழக்கமாக . வீடுவந்து சேரும் போது .மஞ்சள்நீர் தெளிக்கப்படுகின்றது .வைக்கப்படுகின்றன, எல்லாக் கதவுகளும் சாத்தப்பட்டிருக்கின்றன மணவாளன் அவற்றை வலிந்து .தள்ளித் திறந்து, வீட்டிற்குள் புகுந்து வடக்குச் சிறகில் அமர்கின்றான்பெண்ணின் அத்தையும் தோழிமாரும் .

பெண் .மண மக்களை அணுகி அவர்கட்குத் தித்திப்புப் பண்டங்களைத் தருகின்றனர் இருவரும் ஓரிலையில் உண்டபின் பந்தலுக்குச் .மணவாளனுக்குச் சோறு படைக்கின்றாள் செல்கின்றனர்அங்கே ஒரு துணி இரண்டாகக் கிழிக்கப்பட்டு ., ஒரு பாதி மணவாளனுக்கும் ஒரு பாதி பெண்ணிற்குமாக, இனங்கர் முன்பும் நண்பர் முன்பும் வேறு வேறு கொடுக்கப்படுகின்றதுதுணிகிழிப்பு ., தீர்வை )Divorce) செய்துவிட்டதாகக் குறிப்பது போலக் கருதப்படுகின்றது.என்பது "

இச் சான்றியத்திற் கூறப்பட்டுள்ள பருப்பொருட் செய்திகள் மலை யாள நாட்டிற்கெல்லாம் பொதுவேனும், நுண்பொருட் செய்திகள் அவ்வவ் இடத்திற்கும் அவரவர் செல்வ நிலைக்கும் ஏற்ப வேறுபட்டனவயாகும். மணவாளன் ஒத்த குலத்தானாகவும் இளைஞனாகவுமேயிருக்க வேண்டு மென்பதில்லை; மூத்தவனாகவும் பிராமணனாகவுமிருக்கலாம். ஒருவனே ஒரே சமையத்திலோ வெவ்வேறு சமையத்திலோ பல பெண்களுக்குத் தாலி கட்டலாம். பெண் நாலாம்நாள் தாலியைக் கழற்றிவிடலாம். பெண் ணிற்கு மணவாளனொடு பொதுவாய்த் தொடர்பில்லாதுபோயினும், அவன் இறந்தபின் தீட்டுக் கழிப்பது வழக்கம். சில விடத்து மணவாளனே கண வனாவதுமுண்டு. அந் நிலைமை தாலிகட்டன்றே முடிவு செய்யப்பட்டி ருக்கும். சிக்கனத்திற்காகப் பத்தாண்டு அல்லது பன்னீராண்டிற்கொரு முறை, பல தாலிகட்டுகளைத் தொகுதியாக நடத்துவது வழக்கம். அதுவும் இயலாத எளிய தாய்மார், தெய்வச் சிலையையோ வாளையோ மணவாளனாகக் கொண்டு, தாமே தம் மகளிர்க்குத் தாலி கட்டுவதுண்டு. பதினோராண்டு நிரம்புமுன் தாலி கட்டப்பட்டுவிடும். சிலர் ஓராட்டைப் பெண்ணிற்குக் கட்டுவதுமுண்டு. பொதுவாக, தாலிகட்டு திருமணத்தோடு தொடர்பற்ற தனிச்சடங்காகவே செய்யப்படும்.*

இங்ஙனம் இது பொருத்தமற்ற சடங்காயினும், கோவிலகம் என்னும் அரண்மனைகளிலும் பெரிய நாயர் இல்லங்களிலும், ஆயிரம் பிராமணரை உண்பிப்பதும் பத்தாயிரம் பதினாயிரம் உருபா பண்டை நாள்களிலேயே செலவழிப்பதும் உண்டு.

**•சோழபாண்டி நாடுகளில், கார்காத்தார் குலத்தில், ஒரு பெண்ணின் பேதை அல்லது பெதும்பைப் பருவத்தில் ஒருநாள் அவள் அம்மான் குதைச்சுமணி என்னும் ஒரு பொற்பிறையை அவள் கழுத்தில் கட்டுவதுண்டென்றும்அது விளக்குத்திருநாள் எனப்படும் . என்றும், அம் மணி அன்றே கழற்றப்படுமென்றும், அண்ணாமலை பல் கலைத் தமிழ் ஆராய்ச்சித் துறையைச் சார்ந்த புலவர் )S.) தண்டபாணி தேசிகர் கூறுவர்.**

சம்பந்தம்

மகளிர் பூப்படைந்தபின் செய்யப்படும் உண்மையான திருமண மாகிய சம்பந்தம், வியப்பிற்கும் அறிவேட்கைக்கும் உரியதாகாமையின், விரிவாக விளக்கப்பட வேண்டுவதன்று. பிராமணர் சம்பந்தம் என்னும் ஒரே வடசொல்லை ஆண்டுவரினும், நாயரிடையே, புடமுறி அல்லது புடவைக் கொடை, ஊழம் பொறுக்குகை (முறைவரும்வரை காத்தி ருத்தல்), வீடாரம் கயறுகை (மனைவியின் வீடு புகுதல்), கிடக்கறை (பள்ளியறை)க் கலியாணம், முதலியனவாக வெவ்வேறு தமிழ்ப் பெயர் கள் ஆங்காங்கு வழங்கி வருகின்றன. இப் பெயர்கள் இடவேறுபாடு மட்டுமன்று, வகை வேறுபாடும் பற்றியனவாகும். நாயர் திருமண வகைகளுள் மிகுந்த செலவானது புடமுறி என்பதே. இவ் வகைப்படி திருமணம் செய்த கணவனே, தன் மனைவியைத் தன் வீட்டிற்கு அழைத்துச் செல்ல முடியும். ஏனைவகைப்படி செய்தவரெல்லாம், மனைவி வீட்டிற்கே சென்றுவரல் வேண்டும். முதலில் வேறுவகையால் மணந்தவன் பின்பு செல்வநிலையுயர்ந்த பின் புடமுறி வகையுஞ்செய்து தன் மனைவியைத் தன் இல்லத்திற்கு அழைத்துக்கொள்ளலாம். இது பல பிள்ளைகள் பிறந்தபின் நிகழ்வதுமுண்டு.

எல்லாத் திருமண வகைகட்கும் பொதுவான நிகழ்ச்சிகள், மணமக்களின் பிறப்பியம் பார்த்தல், மணவுறுதிப்பேச்சு, முழுத்தங் குறித்தல், மணவிழாக் கொண்டாட்டம், கரணம், பிராமணர்க்குத் தானம், திருமணவிருந்து, மணமக்கள் கூட்டம் என்பனவாகும்.

பல்கணவம்

சேரர் மரபு அற்றுப்போய்ச் சேரநாட்டிற்குச் சோழ பாண்டி நாட்டொடு தொடர்பு நீங்கியதிலிருந்து, பதினெட்டாம் நூற்றாண்டுவரை, நாயர் குலத்திற் பல்கணவம் கையாளப்பட்டு வந்ததாகத் தெரிகின்றது.

திப்பு சுல்தான், 1788ஆம் ஆண்டில், இன்று கள்ளிக்கோட்டை எனத் தமிழ்நாட்டில் வழங்கும் கோழிக்கோட்டிற்குச் சென்றிருந்தபோது, நாயர்குலப் பல்கணவத்தைக் கண்டித்துப் பின்வருமாறு ஒரு கட்டளை யறிக்கை பிறப்பித்ததாகச் சொல்லப்படுகின்றது.

"ஒருத்தி பத்து ஆடவரொடு கூடி வாழ்தல் உங்களிடை வழக்க மாகையாலும், உங்கள் தாய்மாரையும் உடன்பிறந்தாள்மாரையும் அவர்கள் கெட்ட பழக்கங்களிற் கட்டுப்பாடின்றி நீங்கள் விட்டுவிடுவ தாலும், உங்கள் மணவுறவுகளில் வெளிநிலத்து விலங்குகளினும் நாண மின்றி நடந்துகொள்வதாலும் இக் கரிசான பழக்கங்களை விட்டுவிட்டு ஏனை மக்களைப்போல் நீங்கள் வாழவேண்டுமென்று, இதனால் தெரிவிக்கின்றேன்."*

பல்கணவ முறைப்படி, இடைக்காலத்தில் ஒவ்வொரு நாயத்தியும், இருவர் முதல் பன்னிருவர்வரை பல கணவரொடு கூடி வாழ்ந்தாள். ஒவ் வொரு கணவனும், மணந்த வரிசைப்படி முறைகொண்டு, ஒப்பந்தத்திற் கேற்ப ஒரு நாளோ பலநாளோ தன் நாயத்தியொடு கூடியிருப்பான். ஒரு நண்பகலிலிருந்து மற்றொரு நண்பகல்வரை ஒரு நாட்கணக்காகும். ஒரு கணவன் வீட்டிற்குள்ளிருக்கும்போது மற்றொரு கணவன் புகுவதில்லை. ஒருவன் வீட்டிற் குள்ளிருக்கிறான் என்பதற்கு, அவன் வாயிலருகே விட்டுவைத்திருக்கும் வாளும் கேடகமும் அடையாளம். ஒவ்வொருவனும் தன் நாயத்தியொடு கூடியிருக்குங் காலத்தில், அவள் வாழ்க்கைச் செலவைத் தருதல் வேண்டும். ஒரு பிள்ளை பிறப்பின் அதற்குத் தந்தையைக் குறிப்பது நாயத்தியே. பிள்ளைகட்குத் தாயோடன்றித் தந்தையொடு தொடர் பில்லை. அவர்கட்கு அம்மான் சொத்தே உரிமையாகும். ஒரு நாயத்தி எந்தச் சமையத்திலும் ஒரு கணவனைத் தள்ளிவிடலாம். இத் தள்ளுதல் உரிமை கணவனுக்குமுண்டு. புதுவுறவு கொள்ளும் உரிமையும் இருவர்க் கும் பொதுவாம்.

**முன்னுகர்ச்சி** (Prelibation)

நம்பூதிரிப் பிராமணர், இடைக்காலத்தில், நாயத்திமாரைத் தாராளமாய்ப் பெண்டாள்வதற்கு மட்டுமன்றி, அவரை முதலில் நுகர்தற்கும் வழி வகுத்திருந்ததாகத் தெரிகின்றது.

ஆமில்தன் (Hamilton) என்பவர், தம் 'கிழக்கிந்தியத் தீவுகளின் புது வரலாறு' (New Account of the East Indies) என்னும் நூலில், பின்வருமாறு வரைந்திருக்கின்றார்:

சாமொரின் (Zamorin) மணக்கும்போது, மணமகளை நம்பூதிரி அல்லது தலைமைப் புரோகிதன் நுகரும்வரை, முந்நாள் அவளொடு கூடக்கூடாது. நம்பூதிரி தன் விருப்பப்படி, அவளோடு முந்நாள் கூடலாம். ஏனெனின், முதனுகர்ச்சி அவளது தெய்வத்திற்குத் திருக் காணிக்கையாகப் படைக்கப்படல் வேண்டும்.*"

மலபார் மணவிடைக் குழுவுறுப்பினரான விந்தர் பாதம் (Winterbotham) என்பவர், தாலிகட்டு வினையைப் பிராமணன் புரிவது, முன் காலத்தில் நம்பூதிரிமார் பெற்றிருந்த முதனுகர்ச்சியுரிமையின் எச்சக்குறி என்று கொள்வர். நம்பூதிரிமாராற் பெண்மை தொடங்கி வைக்கப் பெறுவது, நாயத்திமாரின் சிறந்த பேறென்று கருதப்பட்டது.

இதனை உட்கொண்டே, "கரணத்தி னமைந்து முடிந்த காலை" என்னும் கற்பியல் நூற்பாவின் (5) இரு தொடர்கட்கு, நச்சினார்க்கினியர் பின்வருமாறு நலிந்தும் வலிந்தும் நச்சுத்தன்மையான உரை வரைந்தி ருக்கின்றனர்.

"கரணத்தின் அமைந்து முடிந்த காலை - ஆதிக்கரணமும் ஐயர் யாத்த கரணமுமென்னும் இருவகைச் சடங்கானும் ஓர் குறைபாடின் றாய் மூன்று இரவின் முயக்கம் இன்றி ஆன்றோர்க்கு அமைந்த வகையாற் பள்ளிசெய்து ஒழுகி நான்காம் பகலெல்லை முடிந்த காலத்து:

***"ஆன்றோராவார், மதியுங் கந்தவரும் அங்கியும்.***

"நெஞ்சுதளை அவிழ்ந்த புணர்ச்சிக் கண்ணும் - களவிற் புணர்ச்சி போலுங் கற்பினும் மூன்றுநாளுங் கூட்டமின்மையானும் நிகழ்ந்த மனக் குறை தீரக்கூடிய கூட்டத்தின் கண்ணும்:

***"அது நாலாம் நாளை யிரவின் கண்ணதாம்,***

"அல்லல்தீர ஆர்வமொடு அளைஇச் சொல்லுறு பொருளின் கண்ணும் - வரைந்த காலத்து மூன்றுநாட் கூட்டமின்மைக்குக் காரண மென்னென்று, தலைவி மனத்து நிகழாநின்ற வருத்தந் தீரும்படி மிக்க வேட்கையோடு கூடியிருந்து, வேதஞ் சொல்லுதலுற்ற பொருளின் கண்ணும்: தலைவன் விரித்து விளங்கக்கூறும்.

"அது முதனாள் தண்கதிர்ச் செல்வற்கும், இடைநாள் கந்தருவர்க் கும், பின்னாள் அங்கியங் கடவுட்கும் அளித்து, நான்காநாள் அங்கியங் கடவுள் எனக்கு நின்னை அளிப்ப யான் நுகரவேண்டிற்று; அங்ஙனம் வேதங் கூறுதலால் எனத் தலைவிக்கு விளங்கக் கூறுதல். உதாரணம் இக்காலத்தின்று." இங்குக் கூறியவாற்றால், நம்பூதிரிமார் மதியாழோர் தீயின் பெயரால் செய்து வந்த ஏமாற்றைக் கண்டுகொள்க.

(இனங்கன் = ஒத்தவன் = முறைகாரன், கரணவன் = நாயர் குடும்பத் தலைவன்).

குறிப்பு: 'மலையாளநாட்டு மணமுறை' என்னும் இப் பின்னி ணைப்பிற் கூறியவெல்லாம், 'தென்னிந்தியக் குலங்களும் மரபுகளும்' என்னும் நூலினின்று கொண்டு கூறியவாகும். அந் நூல் இந் நூற் றாண்டுத் தொடக்கத்தில் தொகுக்கப்பெற்றதாதலின், அதிற் கூறப் பட்டுள்ள பல செய்திகள் இன்று பழங்கதையாய்ப்போயின. மலையாள நாடு இன்று கல்வியிலும் கைவினையிலும் தலைசிறந்து விளங்குகின்றது. நாயர்குலப் பெருமக்களும், தன்மானவுணர்ச்சி பொங்கிப் பிராமணி யத்தை எதிர்த்து, நாகரிகப் பண்பாட்டுடன் வாழ்ந்து வருகின்றனர். தாலிகட்டு அருகியும், மருமக்கட்டாயம் மக்கட்டாயமாக மாறியும் வருகின்றன.

************

# தமிழர் சரித்திரச் சுருக்கம்

## 1. கழக(சங்க)த்திற்கு முற்காலம்

(1) குமரிநாடு (Lemuria): தமிழர் அல்லது திரவிடர், ஆரியர் துருக்கியர் முதலிய பிறமக்களைப்போல் அயல்நாடுகளிலிருந்து நாவல் (இந்து) தேசத்திற்கு வரவில்லை. தெற்கே இந்துமாக்கடலில் முழுகிப் போன குமரிக்கண்டமே தமிழரின் பிறப்பிடம். மனிதன் தோன்றிய இடமும் அதுவேயென்று மேனாட்டுக் கலைவல்லார் கூறுவது மொழி நூற்கு முற்றும் பொருத்தமாயிருக்கின்றது.

குமரிநாடு மிகமிகப் பழைமையானது. அதுதான் பழைய உலகம். பழைய உலகத்தில் வடவரைக் கோளத்தினும் தென்னரைக் கோளத்தில் நிலம் மிகுதியாயிருந்தது. பிற்காலத்தில் மனிதனாக வளர்ச்சியடைந்த இலெமுர் (Lemur) என்னுங் குரங்கினம் வாழ்ந்த இடம் குமரிநாடென்று கண்டு எக்கேல், கிளேற்றார் முதலிய கலைஞர் அதை இலெமுரியா என்று அழைக்கின்றனர். குமரி என்றொரு பெரிய மலைத்தொடர் அங்கிருந்ததால், தமிழர் அதைக் குமரிக்கண்டம் அல்லது குமரிநாடு என்று அழைக்கின்றனர். கி.மு. இருநூறாயிரம் ஆண்டுக்காலத்திற்கும் ஐம்பதினாயிரம் ஆண்டுக் காலத்திற்கும் இடையில், இந்தியா, தென் கண்டம் (ஆத்திரேலியா), ஆப்பிரிக்கா என்னும் மூன்று கண்டங்களை யும் ஒன்றாயிணைத்துக்கொண்டு இந்துமாக்கடலிடத்திலிருந்த ஒரு பெருநிலப்பரப்பே குமரிக்கண்டம் என்று மேனாட்டறிஞர் கூறுகின்றனர்.

உலகத்தில் எல்லா வுயிர்களும் ஒரேகாலத்தில் தோன்றவில்லை. முதலாவது புற்செடி போன்ற ஓரறிவுள்ள நிலைத்திணை (தாவர) உயிரி (பிராணி) களும், பின்பு முறையே, நீர்வாழ்வனவும் ஊர்வனவும் விலங்கு பறவைகளும் மாந்தருமாகிய இயங்குதிணை (சங்கம) உயிரிகளும் தோன் றின. இவ் வுயிரினங்களெல்லாம் நெட்டிடையிட்டுக் குமரிக்கண்டத்தி லேயே தோன்றினவென்று மேனாட்டார் கூறுகின்றனர். மாந்தரும் மாக்கள் (அநாகரிகர்) மக்கள் (நாகரிகர்) என இருநிலை அடைந்தனர்.

குமரிமுனைக்குத் தெற்கே, கி.மு. 3000 ஆண்டுக்காலத்திலிருந்து சிறிது சிறிதாய்க் குறுகிவந்து, கடைசியில் கி.பி. 2ஆம் நூற்றாண்டில் சிறிதுமின்றி மறைந்துபோன, பாண்டிநாட்டுப் பகுதியும் குமரிக்கண் டத்தைச் சேர்ந்ததே.

(2) ஐந்திணை நிலைதமிழர் முதலாவது :, குறிஞ்சி முல்லை பாலை மருதம் நெய்தல் என்ற இயற்கையான ஐந்துநிலப்பிரிவுகளில், பெரும்பாலும் கலப்பில்லாமலும் போக்குவரவுக்குரிய

பெருவழிகளில்லாமலும் வாழ்ந்து வந்தனர்மரமடர்ந்த மலையும் மலைசார்ந்த இடமும் . குறிஞ்சி; மரமடராத காடும் காடு சார்ந்த இடமும் முல்லை; கடுங்கோடைக் காலத்தில் குறிஞ்சியும் முல்லையும் வறண்டநிலை பாலை; நீர்வளமுள்ள நாடும் நாடு சார்ந்த இடமும் மருதம்; கடலும் கடல் சார்ந்த இடமும் நெய்தல்.

முதலாவது தமிழர் குறிஞ்சிநிலத்தில் மட்டுமிருந்து பின்பு, முறையே, முல்லை, பாலை, நெய்தல், மருதம் என்ற திணைநிலங்கட்குச் சென்றதாகத் தெரிகின்றது. இந் நிலங்களில் வாழ்க்கையும் தோற்றமும் பின்வருமாறிருந்தன.

குறிஞ்சி: தெய்வம், முருகன் அல்லது சிவன்; உணவு, ஐவன நெல்லும் தினையும் மூங்கிலரிசியும்; விலங்கு, யாளியும் புலியும் யானை யுங் கரடியும் பன்றியும்; மரம், அகிலும் ஆரமும் தேக்கும் திமிசும் வேங்கையும்; பறவை, கிளியும் மயிலும்; பறை (மேளம்), முருகியமும் தொண்டகப்பறையும்; தொழில், தேன் எடுத்தலும் கிழங்கு தோண்டுதலும் தினை முதலியன விளைத்தலும் கிளியோட்டுதலும்; யாழ் (இசை அல் லது பண்), குறிஞ்சியாழ்; பூ, காந்தளும் வேங்கையும் சுனைக்குவளை யும்; நீர்நிலை, அருவியும் சுனையும்; ஊர், சிறுகுடியும் குறிச்சியும்.

முல்லை: தெய்வம், திருமால்; உணவு, வரகும் சாமையும் முதிரை யும்; விலங்கு, உழையும் (ஓருவகை மான்) புல்வாயும் முயலும்; மரம், கொன்றையும் குருந்தமும்; பறவை, காட்டுக்கோழியும் காடையும்; பறை, ஏறுகோட்பறை; தொழில், ஆடுமாடு மேய்த்தலும் வரகு முதலிய பயிர் கட்குக் களையெடுத்தலும் கடாவிடுதலும்; யாழ், முல்லையாழ்; பூ, முல்லை யும் பிடவும் தளவும் தோன்றியும்; நீர்நிலை, கானாறு; ஊர், பாடியும் சேரியும் பள்ளியும்.

பாலை: தெய்வம், காளி; உணவு, வழிபறித்ததும் சூறைகொண்ட தும்; விலங்கு, வலிமையற்ற யானையும் புலியும் செந்நாயும்; மரம், வறண்ட இலுப்பையும் உழிஞையும் ஞெமையும்; பறவை, கழுகும் பருந்தும் புறாவும்; பறை, சூறைகோட்பறையும், நிரைகோட்பறையும்; தொழில், வழிபறித்தலும் சூறை கொள்ளுதலும்; யாழ், பாலையாழ்; பூ, மராவும் குராவும் பாதிரியும்; நீர்நிலை, வற்றின கிணறும் சுனையும்; ஊர், பறந்தலை.

நெய்தற்கு: தெய்வம், வரணன் (கடலோன்); உணவு, மீனையும் உப்பையுங் கொடுத்துப் பெற்றவை; விலங்கு, உப்புப் பொதியெருது; மரம், புன்னையும் ஞாழலும் கண்டலும்; பறவை, அன்னமும் அன்றிலும் முத லியன; பறை, மீன்கோட்பறை; தொழில், மீன்பிடித்தலும் உப்பு

விளைத் தலும் அவற்றை விற்றலும்; யாழ், நெய்தல்யாழ்; பூ, தாழையும் நெய்தலும்; நீர்நிலை, மணற்கிணறும், உவர்நீர்க்குழியும்; ஊர், பட்டினமும் பாக்கமும்.

மருதம்: தெய்வம், வேந்தன் (இந்திரன்); உணவு, செந்நெல்லும் வெண்ணெல்லும்; விலங்கு, எருமையும் நீர்நாயும்; மரம், வஞ்சியும் காஞ்சியும் மருதமும்; பறவை, தாராவும் நீர்க்கோழியும்; பறை, மண் முழவும் நெல்லரிகிணையும்; தொழில், நடுதலும் களையெடுத்தலும் அரிதலும் கடாவிடு தலும்; யாழ், மருதயாழ்; பூ, தாமரையும் கழுநீரும்; நீர்நிலை, ஆறும் மனைக்கிணறும் ஏரியும்; ஊர், ஊர் என்று சிறப்பாய் அழைக்கப்படுவன.

திணைநிலை மக்கள் சிலகாலம் பிற திணையாருடன் கூடாமல் தனித்தொகுதிகளாய் வாழ்ந்து, பின்பு உணவுபற்றிக் கூட்டுறவு கொண் டிருக்கின்றனர். குறிஞ்சி மக்கள் முத்து இறைச்சியையும் முல்லை மக்கள் மோர் தயிர் நெய்யையும், நெய்தல் மக்கள் மீன் உப்பு முத் தையும் மருதமக்களிடம் கொண்டுவந்து நெல்லுக்கு மாற்றுவதும், பாலை மக்கள் பிற நான்கு திணைகளுக்கும் சென்று கொள்ளையடிப்பதும் திணையிடை யுறவுக்கு எடுத்துக்காட்டாம்.

(3) ஐந்நாகரிக நிலை: மனித நாகரிகம், குறிஞ்சிநிலை முல்லை நிலை மருதநிலை நகரநிலை பட்டினநிலை என ஐந்து நிலைகளை யுடையது; ஆயினும் நகரநிலையில்தான் சிறப்பாய்த் தொடங்கும் நாகரிகம் என்ற சொல்லே நகர் என்பதன் அடிப்பிறந்ததுதான். நகர்+ அகம் = நகரகம் > நகரிகம் > நாகரிகம்.

மலையிலும் மரத்திலும் தங்கி, விலங்கு பறவைகளின் இறைச் சியைப் பச்சையாய் உண்டு அம்மணமாய்த் திரிந்த அநாகரிக மனிதன்: இலையையும் தோலையும் உடுப்பதும், பரண்களிலும் குடில்களிலும் உறைவதும், பன்றி முண்டியவிடத்தில் தினைவிதைத்து வானாவாரியாய் விளைவிப்பதும், உணவுப்பொருள்களை வறுத்தும் சுட்டும் தின்பதும் குறிஞ்சி நாகரிகமாகும்; ஆடுமாடுகளை வளர்த்து அவற்றின் ஊனையும் பாலையும் உண்பதும், சோளம் கம்பு போன்ற புன்செய்க் கூலங் (தானியம்) களை விளைப்பதும், ஆட்டு மயிராடை யுடுப்பதும், சிற்றில் களில் உறைவதும் முல்லை நாகரிகமாகும்.

நெல் கரும்பு முதலிய நன்செய்ப்பயிர்களை விளைப்பதும், நிலை யாக ஓரிடத்திற் குடியிருப்பதும், மெல்லிய நெசவாடைகளை யுடுப்பதும், உயிர் பொருட் பாதுகாப்பிற்குக் காவல் ஏற்படுத்துவதும் மருதநாகரி மாகும்; வாணிகமும் அரசியலும் நூற்கல்வியும் தோன்றி முன்பு உழவ ரென்னும் ஒரே வகுப்பாயிருந்த மருதநிலமக்கள் பின்பு வேளாளர் வணிகர் அரசர் அந்தணர் என்னும் நாற்பாலாய்ப் பிரிவதும், அதன்பின் கொல் தச்சு நெசவு முதலிய

மேல்தொழில்கட்டும், சலவை மயிர்வினை தோல்வினை முதலிய கீழ்த்தொழில்கட்டும் மக்கள் பிரிந்து போவதும், இங்ஙனம் பல குலங்கள் தோன்றுவதும், ஓவிய உணர்ச்சி யுண்டாவதும், மாடமாளிகைகள் கூடகோபுரங்கள் எழுவதும் ஊர் பெருநகராவதும் இசை நாடகம் சிறப்பதும் பலகலைகள் வளர்வதும் வணக்கங்கள் மதங் களாக விரிவதும் நகர நாகரிகமாகும். அதன்பின், நெய்தல்நிலத்தில் துறை முகங்கள் தோன்றிப் பட்டினங்களாவதும் நீர் வாணிகம் நடப்பதும், கடற் படை அமைவதும், அயல்நாடுகள் அடிப்படுவதும், பட்டின நாகரிகமாகும்.

இவ் வைந்நிலை நாகரிகமும் கழகக்காலத்திற்கு முன்னரேயே தமிழர் அடைந்துவிட்டனர். தமிழ்நாடு முழுவதும் சேர சோழ பாண்டி யராகிய மும்முடி மன்னரால் ஆளப்பட்டு வந்தது. அம் முத்தமிழ் அரசர் குடிகளுள், முதலாவது தோன்றியது பாண்டியர்குடி, பின்பு சோழர் குடி, அதன்பின் சேரர்குடி. நகரமும் பட்டினமும் பெரு நிலப்பரப்பை யுடையனவாதலால் அவற்றெல்லையில் ஐந்திணையும் மயங்கித் திணைமயக்கம் தோன்றிற்று.

## 2. கழகக்காலம்

(1). தலைக்கழகம்: தலைக்கழகக் காலத்தில், குமரிமுனையி லிருந்து சுமார் 5000 கல் தொலைவரை தெற்கே ஒரு நிலப்பரப்பிருந்தது. அது பண்டைப் பாண்டியநாட்டின் பெரும் பகுதி. அதன் தென்பாகத்தில் ப∴றுளி என்னும் ஆறும் வடபாகத்தில் குமரி என்னும் ஆறும் ஓடிக் கொண்டிருந்தன. இவற்றுக்கிடையில் எழுநூற்று காத*வழியும் ஐம்பது நாடுகளும் பல ஆறுகளும் நகரங்களும் இருந்தனவென்று அடியார்க்கு நல்லார் கூறுவர்.

குமரியாறு குமரி (மகேந்திரம்) யென்னும் மாபெரு மலைத்தொடரி னின்று பிறந்தது. இப்போது மேற்குத் தொடர்ச்சிமலையென்றும் கடைக்கழக நூல்களில் குடமலையென்றும் வழங்கும் மலைத்தொடர், அக்காலத்தில் வடமலையென்றும் வடபெருங்கோடு என்றும் அழைக்கப் பட்டது. இலங்கை அக்காலத்தில் இந்தியாவொடு சேர்ந்தும், பொருநை (தாமிரபரணி) இலங்கையூடு சென்றும் இருந்தது.

ப∴றுளி யாற்றங்கரையில் மதுரை யென்னும் நகரம் பாண்டியன் தலை நகரா யிருந்தது. அதில் தலைக்கழகம் ஏற்படுத்தப்பட்டது. அதன் உறுப்பினரால் இயற்றப்பெற்ற நூல்கள் பரிபாடல் முதுநாரை முதுகுருகு களரியாவிரை முதலியன. கழகமிருந்தது 4440 ஆண்டுகள். கழகத்தை நடாத்திவந்த பாண்டியர் காய்சின வழுதி முதல் கடுங்கோன் வரை 89 பேர். அவருட் பாவரங்கேறினவர் எழுவர். தலைக்கழகத்திற்கு முன்னி ருந்த பாண்டியர் பெயர் தெரியவில்லை.

தலைக்கழகக்காலத்தின் இறுதிக்காலத்தில் அகத்தியர் வடநாட்டினின்று தென்னாடுவந்து, தமிழைக் கற்று, முதனூல்களைத் தழுவித் தம் பேரால் அகத்தியம் என்றொரு வழிநூல் செய்தார். அது இயல் இசை நாடகம் என்னும் மூன்றையும் கூறும் முத்தமிழிலக்கண நூல், அக்காலத்தில் தமிழர்க்கு அறிவு ஆற்றல் வாழ்நாள் முதலியன மிக்கிருந்ததால், ஒரு புலவரே முத்தமிழையுங் கற்கமுடிந்தது.

அகத்தியர் வந்து சில அல்லது பல ஆண்டுகட்குப்பின் ஒரு கடல்கோள் நிகழ்ந்து குமரியாற்றிற்குத் தெற்கில் ஒரு நிலப்பகுதியைக் கொண்டு விட்டது. அதில் பஃறுளியாறும் குமரிமலைத்தொடரின் தென்பகுதி யும் அடங்கிவிட்டன. இலங்கை தமிழகத்தினின்றும் பிரிந்து விட்டது.

தலைக்கழகக் காலத்தில் தமிழர் உயர்தர நாகரிகத்தை அடைந்தி ருந்தனர். அது (தமிழகத்தில்) ஆரியர் என்ற பேரையுமறியாத தனித் தமிழர் வாழ்ந்த காலம்.அன்று அகழி சூழ்ந்த அரணான நகரங்கள் அரசர் தலைநகரங்களாயிருந்தன. கருங்கல்லும் சாந்துங்கொண்டு மாட மாளிகைகளும் கூடகோபுரங்களும் உரைநடையிலும், செய்யுளிலும் அவர்கட்கு நூல்களிருந்தன. ஆயினும், செய்யுள், சிறந்ததாதலின், அதிலேயே பெரும்பாலும் நூலியற்றினர். வெண்பா ஆசிரியப்பா முதலிய அறுவகைச் செய்யுள்களும், தாஅவண்ணம் பாஅவண்ணம் முதலிய இருபான் வண்ணங்களும், வேறெம்மொழிக்கும் இல்லாத பொருளிலக்கணமும், இயல் இசை நாடகம் என்னும் முத்தமிழ்ப் பகுதிகளும், தோல் தொன்மை முதலிய எண்வகைத் தொடர்நிலைச் செய்யுள் (காவியம்) களும், ஓவியம் (சித்திரம்) சிற்பம் கணிதம் கணியம் (ஜோதிடம்) தருக்கம் மந்திரம் மருத்துவம் யோகம் முதலிய கலைகளும், நீர்நூல் நிலநூல் மறநூல் மனைநூல் பரிநூல் மறைநூல் மெய்ப்பொருள் (தத்துவ) நூல் முதலிய நூல்களும் அவர்கள் பயின்றும் இயற்றியும் வந்தனர். சைவமும் மாலிய (வைஷ்ணவ)மும் உயர்ந்தோர் மதங்களாயிருந்தன. கரி (யானை) பரி (குதிரை) தேர் கால் என்னும் நால்வகைப் படைகளால் போர்செய்து வந்தனர். சிறந்த ஒழுக்கம் அவர்கட்கிருந்தது. மானத்தையும் நீதியையும் உயிரினும் சிறப்பாக மதித்தனர். பருத்திப் பஞ்சால் சிறந்த ஆடைகளை நெய்தனர். முத்து, பொன், பஞ்சாடை, தேக்கு, அகில், இஞ்சி, மிளகு முதலிய பல பொருள்களை அயல் நாடுகளுக்கு ஏற்றுமதி செய்தனர். நிலவாணிகம், நீர்வாணிகம் என்னும் இரண்டும் சிறந்திருந்தன. வேளாண்மை தாளாண் மை என்னும் இரு குணங்களில் அவர்கட்குஇணையில்லை யென்னலாம்.

(2) இடைக்கழகம் : பாண்டிநாட்டின் பெரும் பகுதியைக்கடல் கொண்டபின், சயமாகீர்த்தி யென்னும் (மறுபெயர் கொண்ட) நிலந்தரு திருவிற் பாண்டியன் வடக்கே வந்து சேர சோழ

நாடுகளில் சில பகுதி களைக் கைப்பற்றி, கீழ்கரையில் கபாடபுரம் (அலைவாய்?) என்னும்
துறைநகரைத் தலைநகராக்கி, அதில் இடைக்கழகத்தை நிறுவினான். அக் கழகத்தில்
அகத்தியரும், அவருடைய மாணவரும் இருந்தனர். அம் மாணவருள் தலைவராகிய
தொல்காப்பியர் இயற்றிய தொல்காப்பி யம் என்னும் இயற்றமிழ் இலக்கணம் அக் கழகத்தில்
அரங்கேற்றப்பட் டது. கழக வுறுப்பினரால் இயற்றப்பெற்ற நூல்கள் கலி குருகு வெண்டாளி
வியாழமாலை யகவல் முதலியன. அவர்க்கு நூல் அகத்தியமும் தொல் காப்பியமும்
மாபுராணமும் இசைநுணுக்கமும் பூதபுராணமும். கழ கத்தை நடாத்தியவர்,
வெண்டேர்ச்செழியன் முதல் முடத்திருமாறன் வரை 59 பேர். அவருட் பாவரங்கேறினவர் ஐவர்.

இடைக்கழகக்காலத்தில் முத்தமிழும் வேறுவேறாகப் பிரிந்து விட்டன.

இடைக்கழகத் தொடக்கக்காலமே இராமர் தென்னாடு வந்த தாகலாம். (கி.மு. சுமார் 2500 -
2000).

இடைக்கழகம் பல நூற்றாண்டுகள் நடந்தபின் கபாடபுரத்தையுங் கடல்கொண்டது.

அதன்பின் இற்றை மதுரைக்குக் கிழக்கிலுள்ள மணவூர் பாண்டி யன் தலைநகராயிற்று.
அங்குச் சித்திரவாகனன் ஆண்டுகொண்டி ருக்கும்போது அருச்சுனன் தென்னாட்டுத் திருநீராட
வந்தான். (கி.மு. சுமார் 1500 -1000).

(3) கடைக்கழகம்: சிறிது காலத்திற்குப்பின் வையைக்கரையில் இற்றை மதுரை கட்டப்பட்டது.
அதில் கடைக்கழகம் நிறுவப்பெற்றது. அதன்

உறுப்பினரால் இயற்றப்பெற்றவை பதினெண் மேற்கணக்கும் பதினெண் கீழ்க்கணக்கிற் பலவும் கூத்தும்
வரியும் சிற்றிசையும் பேரிசையும் முதலியன. அவர்க்கு இலக்கணம் அகத்தியமும் தொல்காப்பியமும்.
கழகம் நடந்து வந்த காலம் 1850 ஆண்டு. கழகத்தை நடத்தியவர் முடத்திருமாறன் முதல் உக்கிரப்
பெருவழுதிவரை 49 பேர். அவருட் பாவரங்கேறினவர் மூவர். கடைக்கழகத்தின் கடைசிக்காலம் கி.பி. 2ஆம்
நூற்றாண்டு.அப்போதும் ஒரு கடல்கோள் நிகழ்ந்து காவிரிப்பூம் பட்டினத்தையும் வங்காளக்குடாக்
கடலிலும் இந்துமாக் கடலிலும் உள்ள சில நிலப்பகுதிகளையும் முழுக்கிவிட்டது. குமரியாறு முழுகி
இலங்கையும் குறுகிற்று.

கடைக்கழகக் காலத்திலேயே, ஆரியர் தமிழில் நூலியற்றவும் வடசொற்களைத் தமிழிற் புகுத்தவும்
தொடங்கிவிட்டனர். சில தமிழரசர் ஆரிய வேள்விகளை வேட்டனர். தமிழரின் இருவகைச் சடங்குகளும்
பார்ப்பனரால் வடமொழியில் நடைபெற்று வந்தன. கடைக்கழகத்தின் பின் பாண்டியர் தமிழ் வளர்ப்பைக்

கைநெகிழவிட்டனர்.

### 3. இடைக்காலம் (கி.பி. 300 -1600)

கழகக் காலத்தின்பின் ஆரியம் தலையெடுத்தது. அதனால் தமிழ நாகரிகம் மங்கிவந்தது. ஆரியக்குல வேற்றொழுக்கம் (வரணாச்சிரம தருமம்) புகுத்தப்பட்டுத் தமிழர் முற்றிலும் ஆரியர்க்கு அடிமைய ராயினர். பிறப்பால் சிறப்பு ஏற்பட்டது. முதலிடை கடையாகிய முத்திறத் தமிழரும் ஆரியரால் தீண்டவும் அண்டவும் காணவும் பெறாதவராயினர்.

தமிழர் உயர்நிலைக் கல்வியிழந்தனர். பல புலவர் வழிமுறைகள் அற்றுப்போயின. பல தமிழ்நூல்களும் சொற்களும் மறைந்தன. தமிழ் பெருமையும் தூய்மையுமிழந்தது அரிய கலைகள் மறைந்து மதநூலும் புராணமும் புகழ்நூலுமே இயற்றப்பட்டன.

தாழ்த்தப்பட்டோர் கல்வியிழந்து விலங்கினும் இழிவாய் நடத்தப் பட்டனர்.

தமிழ்நாட்டில் ஒற்றுமை குன்றி, பல்லவர் தெலுங்கர் துலுக்கர் மராட்டியர் முதலிய பிறநாட்டார் தமிழ்நாட்டைக் கைப்பற்றினர்.

கி.பி. 10ஆம் நூற்றாண்டிலிருந்து 12ஆம் நூற்றாண்டுவரை சோழநாட்டில் மட்டும் தமிழுக்குச் சிறிது ஆதரவு கிடைத்தது.

தமிழர் சரித்திரத்தில் மிகமிக இருண்டகாலம் 15ஆம் நூற்றாண் டென்று சொல்லலாம்.

### 4. தற்காலம் (கி.பி. 1600 முதல் )

ஆங்கிலேயர் தமிழ்நாட்டிற்கு வந்தபின், ஒரு பெரிய மாறுதல் ஏற்பட்டது. ஒரு புத்தூழி தோன்றிற்று. பலகுலத்தாரும் கல்வியும் அலுவலும் பெற்றனர். எல்லார்க்கும் ஒரே நீதி வழங்கப்பெற்றது தீண்டா தார் மேலாடையணியவும் பார்ப்பனத்தெருவழிச் செல்லவும் முடிந்தது. தமிழ் தனிமொழியென்றும் தமிழ நாகரிகம் தனிப்பட்டதென்றும், தமிழர் யார் என்பதும், எந் நாட்டினர் என்பதும், ஆரியரே தமிழரிடம் நாகரிகத்தைப் பெற்றனர் என்பதும் வெளியாயின. ஆங்கிலக்கல்வி யென்னும் நன்மைதீமை யறியத்தக்க கல்வியினால், தமிழர் பகுத்தறிவுக்கண் பெற்றுத் தாம் இழந்தவுரிமைகளையெல்லாம் சிறிது சிறிதாய் மீளப்பெற்று வருகின்றனர்.

### 5. தமிழரசர் மரபுகள்

1. பாண்டியர் : சரித்திரத்திற்கு உட்படாதவர்: கபாடபுரம் மூழ் கியபின், மணவூரிலிருந்தாண்ட குலசேகர பாண்டியன் முதல் திருஞான சம்பந்தர் காலத்துக் கூன்பாண்டியன்வரை, 74 பாண்டியர் பெயர்கள் திருவிளையாடற்புராணத்திற் கூறப்படுகின்றன.

கடைக்கழக முடிவின் பின், களப்பிரர் என்ற வகுப்பார் பாண்டி நாட்டைச் சிறிதுகாலம் ஆண்டுவந்தனர்.

சரித்திரத்திற்கு உட்பட்டவர்

முதல் மரபு

கடுங்கோன் *(கி.பி. 590 - 620), மாறவர்மன் (620 - 45), சேந் தன் (645 - 70), அரிகேசரி மாறவர்மன் (670 - 710), கோச்சடையன் (710 - 40), மாறவர்மன் ராஜசிம்மன்I (740 - 65), ஜடில பராந்தக நெடுஞ் செழியன் (765- 815), ஸ்ரீ மாறன் (815 - 62), வரகுணவர்மன் (862 - 80), பராந்தக வீரராகவன் (880 - 900), மாறவர்மன் ராஜசிம்மன்II (900 - 20).

கி.பி. 925 முதல் 12ஆம் நூற்றாண்டுவரை பாண்டிநாடு சோழர் வயப்பட்டிருந்தது.

இரண்டாம் மரபு:

ஜடாவர்மன் குலசேகரன் (1190 - 1217), மாறவர்மன் சுந்தரபாண்டி யன் (1216 -38), மாறவர்மன் சுந்தரன் (1238), ஜடாவர்மன் சுந்தரன் (1251), ஜடாவர்மன் வீரபாண்டியன் (1253), மாறவர்மன் குலசேகரன் (1268), ஜடா வர்மன் சுந்தர பாண்டியன் (1276), மாறவர்மன் விக்கிரம பாண்டியன் (1283), ஜடாவர்மன் வீரபாண்டியன் (1296), ஜடவர்மன் சுந்தரபாண்டியன் (1303).

பின்பு, அலாவுடின், கம்பன்னவுடையார், நாயக்க மன்னர், ஆர்க்காட்டு நவாபு, ஆங்கிலேயர் என்பவர் முறையே பாண்டிய நாட்டைக் கைப்பற்றினர்.

2. சோழர் : சரித்திரத்திற்குட்படாதவர் - முற்காலத்தவர்: சூரியன், மனு, இக்குவாகு, ககுத்தன், புலியும்மானும் ஒரு துறையுண்ண ஆண்டவன், மாந்தாதா, முசுகுந்தன், தேவர்க் கமுதமளித்தவன், வல்ல பன், சிபி, சுராதிராசன், சோளன், இராசசேகரி, பரகேசரி, காலனிடத்தில் வழக்குரைத்தோன், காந்தன், காகந்தி, அனைத்துலகும் வென்றோன், வேந்தனைக் கொடியாக வைத்தோன்,

ஒரு கடலில் மற்றொரு கடலைப் புகவிட்டோன், தன் குருதியை உண்ண வளித்தோன், காற்றைப் பணிகொண்டோன், தூங்கெயிலெறிந்த தொடித்தோட் செம்பியன், வானவூர்தி செலுத்தினோன், அரசர் சூளா

மணி, வீரவாதித்தன், சூரவாதித்தன் முதலியோர்.

மனுவுக்கு முன்னிருந்த சோழ மன்னவர் கணக்கற்றவர். அவர் பெயர் திட்டமாய்த் தெரியவில்லை. சோழர், திருவாரூர் சீகாழி உறையூர் புகார் தஞ்சை செயங்கொண்ட சோழபுரம் முதலிய பல நகரங்களைப் பல சமையங்களில் தலைநகராகக் கொண்டிருந்தனர்.

சரித்திரத்திற்கு பிற்காலத்தவர்: உருவப் ப:றேர் இளஞ்சேட் சென்னி, கரிகாலன், கிள்ளிவளவன், தித்தன், பெருங்கிள்ளி, நல்லுத் தரன், கோப்பெருஞ் சோழன், கோச்செங்கட் சோழன் முதலியோர்.

இவருள் கரிகால் வளவன் பனிமலையிற் புலியைப் பொறித்து நாவலந்தேசம் முழுதும் தன் ஆணையைச் செலுத்தினான்.

கி.பி. 3ஆம் நூற்றாண்டிலிருந்து 6ஆம் நூற்றாண்டுவரை சோழநாட்டின் வடபாகமான தொண்டைநாடும், 6ஆம் நுற்றாண்டி லிருந்து 9ஆம் நூற்றாண்டு வரை சோழநாடு முழுவதும் பல்லவராட்சிக் குட்பட்டிருந்தது.

சரித்திரத்திற் குட்பட்டோர்

விஜயாலயனும் 1ஆம் ஆதித்தனும் (850 - 907), 1ஆம் பராந்தகன் (907), இராஜாதித்தன் (947) கண்டராதித்தன் மதுராந்தகன் அரிஞ்சயன் 2ஆம் பராந்தகன் 2ஆம் ஆதித்தன் முதலியோர் (970 - 985), 1ஆம் ராஜராஜன் (985 -1014), இராஜேந்திர சோழதேவன் (1012), இராஜாதி ராஜன் (1018), விஜய இராஜேந்திரதேவன் (1052), இராஜ மகேந்திரனும் வீரராஜேந்திரனும் அதிராஜேந்திரனும் (1055- 1070), 1ஆம் குலோத்துங்கன் (1070), விக்கிரமச்சோழன் (1118), 2ஆம் குலோத்துங்கனும் 2ஆம் இராஜராஜனும் 2ஆம் இராஜாதிராஜனும் (1143 - 78), 3ஆம் குலோத்துங்கன் (1178), 3ஆம் இராஜராஜன் (1216), 3ஆம் இராஜேந்திரன் (1246).

இவருள், இராஜேந்திர சோழதேவன் குமரியிலிருந்து கங்கைவரை தன்னடிப்படுத்தி ஈழம் (இலங்கை), கடாரம் (பர்மா) முதலிய நாடுகளையும் கைப்பற்றினான்.

மாறவர்மபாண்டியன் 1222-லும், ஜடாவர்மன் சுந்தரபாண்டியன் 1267-லும் சோணாட்டைக் கொண்டனர்.

பின்பு முறையே, துலுக்கர், உடையார், நாயக்கர், மராட்டியர், ஆங்கிலேயர் என்பவர் சோணாட்டைக் கைக்கொண்டனர்.

3. சேரர்: பாரதப்போரில் இருபடைகட்கும் சோறு வழங்கியவன் பெருஞ்சோற்றுதியஞ்சேரலாதன்.

சேரர், கரூர் வஞ்சி கொடுங்கோளூர் முதலிய நகர்களை முறையே தலைநகராகக் கொண்டிருந்தனர்.

**கடைக்கழக மரபினர்**

உதியஞ்சேரல், இமயவரம்பன் நெடுஞ்சேரலாதன், பல்யானைச் செல்கெழு குட்டுவன், களங்காய்க் கண்ணி நார்முடிச்சேரல், செங்குட்டு வன், ஆடுகோட்பாட்டுச் சேரலாதன் முதலியோர்.

செங்குட்டுவன் வடநாட்டின்மேற் படையெடுத்துச் சென்று ஆரியவரசரை வென்று, நாவலந்தேச முழுதும் தன்னடிப் படுத்தினான்.

மாந்தரம் பொறையன் கடுங்கோ, கருவூரேறிய ஒள்வாட் கோப் பெருஞ்சேரலிரும்பொறை, அந்துவஞ்சேரலிரும்பொறை, செல்வக்கடுங்கோ வாழியாதன், தகடூரெறிந்த பெருஞ்சேர லிரும்பொறை, இளஞ்சேரலிரும்பொறை, யானைக்கட்சேய் மாந்தரஞ்சேரலிரும்பொறை, கணைக்காலிரும்பொறை முதலியோர்.

கடைக்கழகக் காலத்தில், தகடூர் என்னும் தருமபுரியில், அதிகமான் நெடுமான் அஞ்சி, அதிகமான் பொகுட்டெழினி முதலிய அதிகர் மரபினர் ஆண்டுவந்தனர். 13ஆம் நூற்றாண்டிலும் அம் மரபைச் சேர்ந்த விடுகாதழகிய பெருமாள் என்னும் சிற்றரசன் இருந்திருக்கின்றான்.

மலைக்கு மேற்கிலுள்ள சேரநாட்டுப் பகுதியில், 8ஆம் நூற்றாண்டில் குலசேகர ஆழ்வாரும், 9ஆம் நூற்றாண்டில் சேரமான் பெருமான் நாயனாரும் ஆண்டனர்.

மலைக்குக் கிழக்கிலுள்ள சேரநாட்டுப் பகுதியில், தென்பாகம் (கோயம்புத்தூர் வட்டம்) கழகக்காலத்திலேயே கொங்குநாடெனப் பிரிந்து விட்டது. பின்பு சில நூற்றாண்டுகட்குப்பின் வடபாகமும் (சேலம் வட்டம்) கங்கபாடி எனப் பிரிந்துவிட்டது.

மலைக்கு மேற்கிலுள்ள சேரநாட்டுத் தமிழர் 14ஆம் நூற்றாண்டில் மலையாளியராகத் திரிந்துவிட்டனர். மைசூர்நாடு 12ஆம் நூற்றாண்டு போல் கன்னட நாடாக மாறிவிட்டது. தெலுங்கர் 8ஆம் நூற்றாண்டி லேயே கொங்கு நாட்டிற் குடியேறத் தொடங்கிவிட்டனர்.

## 6. திரவிடப் பிரிவு

ஆதியில் நாவலந்தேசம் முழுதும் திரவிடரே பரவியிருந்தனர். மொகஞ்சதாரோ, ஹரப்பா என்ற நகரங்களில் வாழ்ந்த மக்கள், ஆரியப் பேரையு மறியாத திரவிடரே. மேலை யாசியாவிலுள்ள பாபிலோனுக்குச் சென்று அங்கு நாகரிகத்தைப் பரப்பிய சுமேரியரும் திரவிடரே. நாவலந்தேசம் முழுதும் சேர சோழ பாண்டியரென்னும் முத்தமிழ் வேந்தரடிப்பட்டிருந்தது. தெற்கே பஃறுளியாறு வரையில் பரந்திருந்த நாடு பாண்டிநாட்டின் பெரும் பகுதியாகும். சோழநாடு பனிமலைவரை எட்டியிருந்தது.

மேல்கரை நாடுமுழுதும் சேரநாடாகும்.

சேர சோழ பாண்டியரே, முறையே, நெருப்பு (அக்கினி), கதிரவன் (சூரியன்), திங்கள் (சந்திரன்) என மூன்று குலமாகக் கூறப்பட்டனர். வடநாட்டில், திங்கள் குலத்தாரென்றும், கதிரவன் குலத்தாரென்றும் கூறப்படுபவர், முறையே, பாண்டிய சோழ மரபினரே. மிகப்பெரிய நிலப்பரப்பினாலும், மிக நீண்டகாலக் கடப்பினாலும், தென்னாட்டு வேந்தர் காவல் செய்ய முடியாமலும், வடக்கே போகப்போக மொழிதிரிந்தும், வடநாவலத் திரவிடநாடுகள் பிரிந்துபோய், அங்குள்ள திரவிடமக்களும் வெவ்வேறு குலத்தாராக மாறிவிட்டனர்.

முதலாவது விந்தியமலைக்கு வடக்கிலுள்ளவரும், பின்பு வேங்கட மலைக்கு வடக்கிலுள்ளவரும், அதன்பின் குட (மேற்குத் தொடர்ச்சி) மலைக்கு வடக்கிலும் மேற்கிலுமுள்ளவரும் திரிந்து போயினர்.

மொழி திரியத்திரியக் குலமும் திரிந்தது. விந்தியமலைக்கு வடக்கில் மொழி திரிந்த காலம் சுமார் கி.மு. 3500. வேங்கட மலைக்கு வடக்கில் மொழி திரிந்த காலம் (தெலுங்கு) சுமார் கி.மு. 2500. தமிழ்நாட்டின் வடமேற்குப் பாகத்தில் மொழிதிரிந்த காலம் (கன்னடம்) சுமார் கி.மு 1000. மேற்குப் பாகத்தில் மொழி திரிந்த காலம் (மலையாளம்) கி.பி. 14ஆம் நூற்றாண்டு.

தமிழம் என்னும் பெயரே ஆரியரால் திரமிளம்>திரமிடம்>எனத் திரிக்கப்பட்டது. தெலுங்கு கொடுந்தமிழா யிருந்தவரை திரவிடம் என்பது தமிழையே குறித்தது. தெலுங்கு தனி மொழியாய்த் திரிந்தபின், தெலுங்கும் தமிழும் ஆந்திர திரவிட மெனப்பட்டது. பின்பு கன்னடம் மலையாளம் முதலிய மொழிகள் பிரிந்தபின், தமிழ் ஒன்றே தபிழ் என்றும், தமிழும் அதனின்று திரிந்த பிறமொழிகளும் பொதுவாய்த் திரவிடமென்றும் அழைக்கப்பட்டன.

தமிழர் தெற்கிருந்து வடக்கே சென்றதால், வடக்கே செல்லச் செல்லத் தமிழ் திரிந்தது. திரிந்த தமிழ் கொடுந்தமிழ் என்றும் திரியாத தமிழ் செந்தமிழ் என்றுங் கூறப்பட்டது. பண்டைக் கொடுந்தமிழ் களெல்லாம் திரிவுமிகுதியாலும் ஆரியர் கலப்பாலும் பிறமொழிகளாய்ப் பிரிந்துவிட்டன. தமிழ்நாட்டிற்குள்ளேயே இன்று வடக்கில் கொடுந் தமிழும் தெற்கில் சிறிது நல்ல தமிழும் வழங்குகின்றன.

## 7. இந்திய மக்கள் நாகரிகப் பகுப்பு

ஆதியில் இந்தியா முழுதும் திரவிடரே பரவியிருந்தனர். பின்பு, மேனாடுகளிலிருந்து ஆரியர் (கி.மு. 3000), உணர் (ஹூ ணர்) முதலியோரும் கீழ்நாடுகளிலிருந்து மங்கோலியர் நாகர் முதலியோரும் வந்து, வடஇந் தியாவிற் குடியேறி அங்கிருந்த திரவிடமக்களுடன், இரண்டறக் கலந்து போயினர். ஆயினும், தொன்றுதொட்டுப் பிறருடன் மணவுறவில்லாது வாழும் பிராமணரையும், பெலுச்சித்தானத்திலும்,

பனிமலையடிவாரத்திலு முள்ள சில மலைவாணரையும் வடஇந்தியாவிலும் பிரித்துக் கூறலாம்.

இடையிந்தியாவில், தெலுங்கர் கருநடர் (பன்னடியர்) முதலிய திரவிட வகுப்பார், மொழியிலும் நாகரிகத்திலும் ஆரியத்தொடு கலந்து போனாலும், குலத்தில் கலக்கவில்லை. ஆகையால், குலவகையில் இடையிந்தியத் திரவிடரை ஆரியரினின்றும் பிரிக்கலாம்.

பிராமணரொழிந்த மற்றச் சத்திரியர் வைசியர் சூத்திரர் என்ற மூவகுப்பாரியரும் வடஇந்தியாவுக்குத் தெற்கில் வரவில்லை. இடையிந்தியாவிற்கும் தென்னிந்தியாவிற்கும் வந்த ஆரியர் பிராமணரே. இவர்கள் மிகச் சிறுபான்மையராயும் வலிமையற்றவராயு மிருந்ததனாலும், பல முறையாகக் குடும்பங் குடும்பமாய் வந்ததினாலும், போர்செய்து திரவிட நாடுகளை வெல்ல வில்லை. அடுத்துக் கலந்து பல வலக்கார (தந்திர) முறைகளைக் கையாண்டே அவரிடத்தும் கொள்கைகளைப் பரப்பி விட்டனர்.

தென்னிந்தியாவிற்கு வந்த பிராமணர் தொன்றுதொட்டுத் தமித்து வாழ்வதாலும், திராவிடநாகரிகம் தலைசிறந்தும் இன்றும் அழியாது முள்ளது. தமிழ்நாடேயாதலாலும், வடமொழிக் கலப்பின்றியும் தனித்தியங்கக்கூடியது தமிழாதலாலும், தமிழ்நாட்டில் மட்டும் எல்லாவகையிலும் ஆரியதிரவிடத்தை நீரும் நெய்யும் போலப் பகுக்கலாம்.

தலைக்கழகக் காலத் திறுதியில்தான், முதன்முதலாய் விச்சிரவசு, காசிபன் முதலிய தனிப்பட்ட ஆரியர் தென்னாடுவந்து திரவிடப் பெண்களை மணந்தனர்; ஆனால் அவர்களொடு கூடிவாழவில்லை. பின்பு அகத்தியர், திரணதூமாக்கினியார் முதலிய சில ஆரியர் குடும்பங் குடும்பமாய் வந்து குடியேறினர். இதன் பின்புதான் ஆரியர் தொடர்ந்து வரத் தொடங்கினர். ஆயினும், கூட்டங்கூட்டமாய் வந்தது கடைக்கழகக் காலத்திலிருந்துதான். பல்லவர்காலத்திலும், சுந்தரபாண்டியன் காலத்திலும் நூற்றுக்கணக்கான பிராமணக் குடும்பங்கள் தமிழ்நாட்டிற் குடியேற்றப்பட்டன. இதற்குக் காரணம் பிராமணர் மதத்தலைமை பூண்டமையே.

பிராமணர் வருமுன், தமிழ்நாட்டில் முனிவர் அந்தணரென்றும், நூற்றொழிலுள்ள இல்லறத்தார் பார்ப்பாரென்றும் அழைக்கப்பட்டனர். பிராமணர் வந்தபின் முதலாவது பார்ப்பார் பெயரும் பின்பு அந்தணப் பெயரும் அவர்க்கு வழங்கலாயின.

முதலாவது பார்ப்பாராயிருந்த தமிழர் (ஆதிசைவர்?) ஆரியப் பிராமணர் வந்தபின் அவரொடு கலந்திருக்கலாம். 12ஆம் நூற்றாண்டில் இராமா நுசாச்சாரியாரும் சில திரவிடரைப் பார்ப்பனராக்கியதாகத் தெரிகின்றது. இங்ஙனம் சில கலப்புகள் நேர்ந்தாலும் அவை சிறுபான்மையாயும் பிரிக்கமுடியாதவையாயு மிருப்பதால், இற்றைத் தமிழ்நாட்டுப் பார்ப்பனரெல்லாரையும் ஆரியரென்றே கொள்ள முடியும்.

பிராமணர் தென்னாடு வந்தபோது அரைநாகரிகராயும் இரப்பவராயுமே வந்தனர். ஆகையால், அவர்களால் தமிழர்க்கு யாதொரு நன்மையுமில்லை. பிராமணர் தாம் எல்லாவகையிலும் தமிழரிடம் நாகரிகமும் நன்மையும் பெற்றுக்கொண்டு, இன்று தலைமாறாகக் காட்டுகின்றனர். இதன் விரிவை ஒப்பியன் மொழிநூலிற் கண்டு கொள்க.

வாழிய செந்தமிழ்! வாழ்க நற்றமிழர்!!

வாழ்க நிரந்தரம் வாழிய தமிழ்த்திரு நாடு!!

**************

## தமிழன் எப்படிக் கெட்டான்?

### முகவுரை

"வெள்ளைக்காரன் உடுத்திக் கெட்டான், துலுக்கன் தின்று கெட்டான், தமிழன் வைத்துக் கெட்டான்" என்பது பழமொழி. இதில், 'வைத்து' என்பது புதைத்தும் புதையாதும் பயன்படுத்தாது வைத்தலைக் குறிக்கும். தமிழன் செல்வம் அல்லது பணம் ஆகிய ஒருவகை உடைமையையே வைத்துக் கெட்டதாகப் பொதுவாகக் கொள்ளப்பட்டாலும், உண்மையில் கல்வி செல்வம் என்னும் இருவகையுடைமையையுமே வைத்துக் கெட்டவனாயிருக்கிறான்.

ஒரு தனிமகன் அல்லது ஒருநாடு முன்னேறுவதற்குக் கல்வி செல்வம் இரண்டும் வேண்டும். இவற்றுள் ஒன்றிருந்தால் மட்டும் போதாது. தமிழன் இவ்விரண்டு மிருந்தும் கெட்டமை மிகமிக இரங்கத்தக்கது.

ஒருவன் கெடுவது மூவகை; ஒன்று அறிவோ பொருளோ அவை யிரண்டுமோ இல்லாமை; ஒன்று அவையிருந்தும் பயன்படுத்தாமை; ஒன்று அவற்றைத் தவறாய் ஆளுதல். இவற்றுள், தமிழன் கெட்டவகை பின்னிரண்டு மாகும். ஒருவன் ஒன்றை அடைதற்கோ அதைப் பயன் படுத்துதற்கோ உலகில் உடம்போடிருத்தற்கோ அறிவு இன்றியமையாத தாதலின், அதைச்சரியாய் ஆளுதல் ஆக்கத்திற்கும் தவறாய் ஆளுதல் கேட்டிற்கும் காரணமாகும். ஆகவே, அறிவைப் பயன்படுத்தற்கும் பகுத்தறிவு வேண்டும் என்பது பெறப்படும். பகுத்தறிவில்லா அறிவு கடிவாளமில்லாத குதிரையும் சுக்கானில்லாத கப்பலும் போலாம்.

தமிழன் ஈராயிரம் ஆண்டுகட்கு முன்னரே, உலகத்தில் பலதுறை களிலும் தலை சிறந்தவனாயிருந்திருந்தும், பிற்காலத்தில் தன் பகுத் தறிவைப் பயன்படுத்தாது வைத்துக் கெட்டமை, இச்சுவடியில் விரிவாய்க் கூறப்படும்.

### 1. மதப் பைத்தியம்

கடவுளை வணங்குவதும் மதவொழுக்கத்தில் உறைத்து நிற்பதும் நல்லதே.

*"கற்றதனா லாய பயனென்கொல் வாலறிவன்*
*நற்றாள் தொழாஅர் எனின்"*

என்றார் திருவள்ளுவர், "ஆண்டவனுக் கஞ்சுவதே அறிவின் தொடக்கம்" என்றார் சாலோமோன் அறிஞர்.

ஆனாவல், அளவிறந்த மதப்பித்துக் கொண்டு எங்கே விழுந்து சாகலா மென்று முட்டிக்கொண்டு திரிய, ஒருவருஞ் சொல்லவில்லை. "அளவுக்கு மிஞ்சினால் அமுதமும் நஞ்சு" என்பது மதப்பற்றிற்கும் ஏற்கும்.

பொதுவாக ஒரு மதம் ஏற்படும்போது, அதன் அடியார்கள் அல்லது அதை ஏற்படுத்துவோர் தங்கள் மதக் கருத்துகளையும், தங்கள் முன்னோரைப் பற்றிய சில சரித்திரப் பகுதிகளையும் தொகுத்து நூல்கள் எழுதிவைக்கிறார்கள். அல்லது பாட்டுப் பாடி வைக்கிறார்கள். அவை அம் மதத்திற்கு மறை(வேத) நூல்களாகின்றன. அவற்றில், கலையியல் உண்மைக்கு மாறான சில கருத்துகள் இருக்கலாம்; கலை வரவர வளர்ந்து வருகிறது. கலை வளர்ச்சியடைந்த காலத்தில், அதன் உண் மைக்கு மாறான கருத்துகள் மறைநூல்களில் இருக்குமானால், அவற்றை விலக்கிக் கொள்ளுவது கடமையாகும், மனிதனுக்கு மதமேயன்றி மதத் திற்கு மனிதன் அல்லன். மறைநூலும் கடவுளால் தோன்றியதே; கலை நூலும் கடவுளால் தோன்றியதே. அறிவு பலதுறைப்பட்டது. கடவுளே அறிவுக்கு உறைவிடம். அவர் சித்தாந்த வறிவை மனிதர்க்குப் புகட்டியது போலவே கலையறிவையும் புகட்டிவருகிறார். மறைநூலாசிரியரைப் போன்றே, கலைநூலாசிரியரும் கடவுளடியார்கள். ஓர் இசைப்புலவன் எத்துணை வல்லவனா யிருப்பினும், கருவியின் சிறப்புக்குத் தக்கபடியே தன் திறமையைக் காட்ட முடியும். அதுபோலக் கடவுளே அறிவித்தாலும், அது அடியாரின் அறிவுக்கும் திறமைக்கும் தக்கபடியே வெளிப் படும். ஒவ்வொரு துறையிலும் மனிதன் தன் அறிவை வளர்த்துவரு கிறான். அறிவு வளரவளரத் தன் கருத்துகளைத் திருத்திக்கொள்ள வேண்டும். தன் அறியாமையை மதத்தின் மேலேற்றி மதநூலைக் கலைநூலோடு முரண்படக் கூறின், கடவுளின் தன்மைக்கே முரண்பாடு கூறியதாகும். அதோடு கலையும் வளராது, நாடும் கீழ் நிலையடையும்; அறியாமையும் அடிமைத்தனமும் ஓங்கும்.

சில மதநூல்களில், அவற்றை எழுதியவரின் அறியாமையாலோ தன்னலத்தாலோ, மன்பதைய (சமுதாய) முன்னேற்றத்திற்குத் தடையாயுள்ள சில

தீய கருத்துகள் புகுத்தப்பட்டுள்ளன. பிறப்பாற் சிறப்பென்பதும் தாழ்த்தப் பட்டோர்க்குக் கோயிற்புகவு (ஆலயப்பிரவேசம்) இல்லையென்பதும் இத்தகையன. இதனால்தான், மக்கள் முன்னேற்றத்திற்கு மதம் முட்டுக்கட்டை எனச் சிலர் கருதுகின்றனர்.

கடவுள் மக்களெல்லாருக்கும் தந்தை. அவர் மக்களின் அகத் தூய்மையைக் கவனிக்கின்றாரேயன்றிப் புறத்தூய்மையைக் கவனிக்கிறதில்லை. கடவுள் தாழ்த்தப்பட்டோரை ஏற்றுக்கொள்ளத் தயாராயிருப்பவும், தொழுகையாசிரியர் (அர்ச்சகர்) அவர்களை மறுப்பது 'சாமி வரங்கொடுத்தாலும் பூசாரி வரங்கொடுக்க மாட்டான்' என்னும் பழமொழி யையே விளக்குகின்றது.

சிவனடியாருள் சிறந்தவராகச் சொல்லப்படும் அறுபத்துமூவருள், இயற்பகை நாயனார் சிவனடியார்

போல வேடம்பூண்டு வந்த ஒருவனுக்குத் தம் மனைவியைக் கொடுத்ததுமல்லாமல் அதைத் தடுக்க வந்த தம் இனத்தாரையெல்லாம் வெட்டிக் கொன்று முன்பின் அறியாத அக் காமுகனை ஊருக்கு நெடுந்தூரம் யாதோர் இடையூறுமின்றிக் கூட்டிக்கொண்டு போயும் விட்டனர்ஏனாதிநாத .இது ஒரு பெரிய மானக்கேடு . நாயனார் தம் எதிரியாகிய அதிசூரனோடு வாட்போர் செய்யுங்கால், அவன் வஞ்சனையால் நீற்றைப் பூசி நெடுநேரம் கேடகத்தால் மறைத்து வைத்திருந்த தன் நெற்றியைத் திடீரென்று காட்ட, அவர் !ஆ கெட்டேன்" என்று வாளையும் கேடகத்தையும் விட்டுவிடக் கர "இவர் பரமசிவனுக்கு அடியவராய்விட்டார்ுதிப் பின்பு, "ஆயுத மில்லாதவரைக் கொன்ற குற்றம் இவரை அடையாதிருக்க வேண்டுமென்றுஎண்ணி ", அவற்றை விடாமல், உண்மையில் எதிர்ப்பவர் போல நடித்து நேரே நிற்க, பழிகாரனாகிய அதிசூரன் அவரை வெட்டிக் கொன்றான்மெய்ப்பொருள் நாயனார் சிவனடியார் போல வேடம் பூண்டு வந்த தம் பகைவன ாகிய முத்தநாதனாற் குத்துண்டிறக்கும் போதும், அவனைச் சேதமின்றி ஊருக்கு வெளியே கொண்டுபோய் விடும்படி தம் வாயிற்காவலனாகிய தத்தனுக்குக் கட்டளையிட்டார்இவைபோன்ற சிவனடியார் சரிதங்கள் . இவற்றால் .இன்னும் பலவுள, சிவனடியாரான தமிழர் தம் உயிரையும் மானத்தையும் பொருட்படுத்தாமல் மதப்பித்தங்கொண்டு பகைவருக்குக்கூட எதையும் கொடுக்கத் தயாராயிருந்தனர் என்பது வெளியாகும் . அது .இயற்பகை நாயனார் சரிதம் பெரிய புராணத்தில் மங்கல முடிவாக மாற்றிக் கூறப்பட்டுள்ளது பிராமண .செவிவழக்காய் மட்டும் வழங்கிய காலத்திலேயே இங்ஙனம் மாற்றப்பட்டிருத்தல் வேண்டும் டிவம் கொண்டு அவருடைய மனைவியைக் கேட்கவந்தவ, சிவபெருமானாகக் கருதப்படுகிறவன், உண்மையில் ஒரு மனிதனாகவே யிருந்திருத்தல் வேண்டும்மேன் மேலும் இனத்தார் எதிர்த்து வந்ததை . இறுதியில் சிவபெருமான் காட் .அக் காமுகன் கண்டஞ்சி இறுதியில் ஓடி ஒளிந்திருக்க வேண்டும்சி கொடுத்ததாகக் கூறுவது அடியார்க்கெல்லாம் பொதுவாகக் கூறப்படும் மங்கல முடிவுசிவபெருமானே . இயற்பகையாரின் மனைவியைக் கேட்டதாக வைத்துக் கொண்டாலும், அது முடிவிலன்றி முன்னதாகத் தெரியாமையால், சிவனடியார் வேடம் பூண்டுவந்த எவர்க்கும் தம் மனைவியைக் கொடுத்திருப்பார் என்பது

வெட்டவெளியாகின்றது. மேலே கூறப்பட்ட மற்ற ஈரடியார்களும் பகைவரென்று தெரிந்த பின்பும் போலிச் சிவவேடத்தாருக்கு இணங்கியமையும் இதை வலியுறுத்தும்.

சில திருப்பதிகளில் தேரோட்டக் காலத்தில் தேர்க்காலின்கீழ்த் தலையைக் கொடுத்திறப்பதும், கும்பகோணத்தில் மகாமகக் குளத்தில் மிதியுண்டு சாவதும், சில கோயில்கட்குப் பிள்ளை வரத்திற்குச் சென்று தெரிந்தோ தெரியாமலோ தம் மனைவியரைக் கற்பழிவிப்பதும் அல்லது இழப்பதும் கோவில்வழிபாட்டிற்குச் சென்றவிடத்துத் தம் அழகான அருமந்த மகளிரைத் தேவகணிகையராக விட்டுவிட்டு வருவதும், பண்டைத் தமிழருள் பகுத்தறிவற்று மானங்கெட்ட மதப்பித்தர் சிலரின் செயல்களாகும்.

இத்தகைப் பேதையரையே படிமையின் (விக்கிரகத்தின்) பின் மறைந்து நின்று தேவவாக்குப்போற் கூறி

ஏமாற்றி, வேண்டியதெல்லாம் பெற்றுவந்தனர் ஒரு சாரார்.

இந்த 20ஆம் நூற்றாண்டிலுங்கூட, சில மதப்பித்தர் ஆங்கிலக் கல்வி சிறப்பப் பெற்றிருந்தும் தாய்மொழி கெட்டாலும் தமது மதம் கெடக்கூடா தென்று கருதி, வேண்டாத வடசொற்களையும் புறம்பான ஆரியக் கொள்கைகளையும் தழுவுகின்றனர். உயிரையும் மானத்தையும் வீணாய் இழக்கத் துணியும் மதப்பித்தர்க்கு இது எம்மட்டு?

மேலும், தமிழை வளர்ப்பதால் மதம் கெடப்போவதுமில்லை. தாய் மொழியையும் மதத்தையும் தூய்மைப்படுத்துவதால் அவை வளர்ந்தோங்கு மென்பதையும் தமக்குப் பெருமை உண்டாகு மென்பதையும் அவர் ஆராய்ந் தறிவதுமில்லை; ஆராய்ந்தவர் சொல்லினும் உணர்வது மில்லை. இத்தகையோர் இருப்பின் என்? இறப்பின் என்?

சிலர் மதம்பற்றிய வடசொற்கட்குத் தென்சொற்கள் இல்லை யென்றும், மதத்துறையில் வடசொற்கள் வந்துதான் ஆகவேண்டுமென்றுங் கூறுகின்றனர். இது தாய்மொழி யுணர்ச்சியும் சொல்லாராய்ச்சியும் சரித்திர அறிவும் இல்லாமையால் வந்த கேடு. மேலும், சைவ மாலியமும் (வைஷ்ணவ) அவற்றின் முதல் நூல்களும் தமிழருடைய வாயும் தமிழிலும் இருக்க அல்லது இருந்திருக்க, அவை ஆரியர் கொண்டுவந்தவை யென்றும், அவற்றின் முதல் நூல்கள் வடமொழி மறைகளே யென்றுங் கொள்கின்றனர். "தம்மானை யறியாத சாதியார் உளரே!" இவர்க்கு எத்தனை மொழிநூல்கள் வெளி வந்தென்ன? எத்தனை மொகஞ்சதரோக்கள் அகழப்பட்டென்ன?

வடமொழியிற் சொற்கள் ஆனது போன்றே தமிழிலும் ஆக முடியும். ஈராயிரம் ஆண்டுகளாக வடமொழியைத் தழுவி வந்ததால் தமிழில் சொல்வளர்ச்சியில்லாது போயிற்று. இன்றும் தமிழர் சிவபெரு மானுக்கும் திருமாலுக்கும் அஞ்சுவதினும் மிகுதியாகப் பார்ப்பனருக்கு அஞ்சுவதே தமிழ் வளர்ச்சிக்குத் தடையாயுள்ளது.

ஒரு நாட்டின் நாகரிக அல்லது முன்னேற்ற நிலைக்கு மதப் பொறுதியும் ஓர் அறிகுறியாகும். பண்டைக்காலத்தில், தமிழ்நாட்டில் தற்கால இங்கிலாந்திற் போன்றே, மதப்பொறுதி யிருந்துவந்தது. கடைத் தமிழ்ச் சங்கத்தில் சைவர், வைணவர் (மாலியர்), பௌத்தர், சமணர், உலகாயதர் முதலிய பல மதத்தினரும் புலவராயிருந்தனர். செங்குட்டுவன் என்னும் சேர மன்னன் வைணவனாயும் அவன் தம்பி இளங்கோவடிகள் சமணராயும் இருந்தனர். இங்ஙனம் பல மதத்தினரும் ஒற்றுமையாய் வாழ்ந்ததால், தமிழ்நாட்டில் அமைதி நிலவியது; கல்வியும், கைத்தொழிலும், வாணிகமும், அரசியலும் ஓங்கி நாடு நலம்பெற்றது. இக்காலத்திலோ, சில குறும்பர் மதப்பிரிவினை யுண்டாக்கித் தமிழ்நாட்டைச் சீர்குலைக்கின்றனர்.

இனி, இக்காலத்தில் சில தமிழர் மதப்பித்திற்கு நேர்மாறாக மதமே இருக்கக்கூடா தென்கின்றனர். மதத்திலுள்ள சில தீய கூறுகளை நீக்குவதற்குப் பதிலாக, மதத்தையே நீக்கவேண்டுமென்பது சோற்றிலுள்ள சில சிறு கற்களை எடுப்பதற்குப் பதிலாகச் சோற்றையே கொட்டிவிடுவ தொக்கும்.

## 2. கொடைமடம்

மிகுந்த வளத்தினாலும், முதலியற் (Primitive) குலத்தினாலும், வழிமுறை (பரம்பரை) வேளாண்மையாலும், தமிழர் சிறந்த கொடையாளிகளா யிருந்தது பாராட்டத்தக்கதே. ஆனால், அவருட் சிலர் தகுதி பாராதும் மிதமிஞ்சியும் தானம் செய்தது அங்கணத்திற் கொட்டிய அமிழ்துபோலப் பயன்படா தொழிந்ததன்றி, அவரை மடமையராகவும் காட்டுகின்றது.

கடையெழு வள்ளல்கள் என்று புகழப்படுவாருள், பேகன் என்பவன் தனக்கு அருமையாகக் கிடைத்த ஒரு சிறந்த போர்வையைக் குளிரால் நடுங்குகிறதென்று கருதி ஒரு மயிலின்மீ தெறிந்ததும், பாரி என்பவன் ஒரு முல்லைக்கொடிக்குக் கொழுகொம்பில்லையென்று தன் விலையுயர்ந்த தேரை நிறுத்தியதும், தமிழன் கொடைமடத்திற்கு எடுத்துக்காட்டு (உதாரணம்) களாகும்.

தமிழன் மதத்திலும் கொடையிலும் பைத்தியங் கொண்டவன் என்று தெரிந்த பார்ப்பனர் மதாசிரியராகிக் கோயில் வழிபாட்டாலும் இல்லச் சடங்காலும் ஏராளமாய்க் காணியும் பொருளும் தேடிக்கொண்டனர். சில அரசர்கள் அளவிறந்த தமிழ்ப் பற்றுடையவராயும் புலவரைப் போற்றுபவராயு மிருந்ததால், சில பார்ப்பனர் தமிழ்ப் புலவருமாகிப் பல்லாயிரக் கணக்கான பொற்காசுகளையும் நூற்றுக்கணக்கான ஊர்களையும் பரிசிலாகப் பெற்றிருக்கின்றனர். இது குற்றமன்று; ஆனால், இங்ஙனம் அவர் பெறுதற்கு, அவர்தம் குலத்திற்கு உயர்வுதேடிக் கொண்டமையும் ஒரு காரணம் என்பதையும், அவர் தமிழ் கற்றது பெரும்பாலும் தம் பிழைப்பிற்கும் தமிழ்நாட்டில் தமக்கு ஆதிக்கம் தேடிக் கொள்வதற்கும் ஆரியத்தைச் சிறிது சிறிதாய்ப் புகுத்தித் தமிழைக் கெடுத்தற்குமே யென்பதையும், அறிய வேண்டும்.

"ஆற்றிலே போட்டாலும் அளந்து போடு" என்பது பழமொழி. வளவனாயினும் அளவறிந்தழித்துண்ண வேண்டுமன்றோ? சில தமிழரசரோ அங்ஙனமன்றித் தமக்குரிய நாடு நகரையும் செல்வ மனைத்தையும் தானம் செய்து விட்டுப் பின்பு திண்டாடி யிருக்கின்றனர். இதைப் புறநானூற்றிற் காணலாம்.

அன்றியும் சிலர் தகுதியறிந்தும் தேவையறிந்தும் கொடை செய்வதுமில்லை. நூறு பொற்காசளிக்க வேண்டிய இடத்தில் பதினூறாயிரம் பொற்காசளிப்பதும், குடிக்கக் கஞ்சியில்லாமற் போயிரந்தவனுக்கு நூற்றுக்கணக்கான யானைகளைக் கொடுப்பதும், அவர் வழக்கம்.

இக் காலத்திலும், ஒருவன் பிறக்கு முன்பே தொடங்கி, அவன் இறந்தபின்பும், ஒரு குலத்தாருக்கே

தானஞ்செய்வது தமிழரின் பேதைமையாகும். இதனால், வடநாட்டினின்று கையுங் காலுமாய் வந்த ஒரு சிறு கூட்டத்தினர் செல்வத்தால் சிறந்து வாழ, தமிழருட் பெரும்பாலார் வறியராய் வருந்துகின்றனர்.

*"ஏதிலார் ஆரத் தமர்பசிப்பர் பேதை*
*பெருஞ்செல்வம் உற்றக் கடை"* (குறள். 837)

பார்ப்பனர் தாம் பெற்ற செல்வத்தைத் தம்மா லியன்றவரை தங்குலத்தாருக்கே பயன்படுத்துவது வழக்கம். இதனால் அவரிடம் செல்லும் பணம் அவர்க்குள்ளேயே சுற்றிக்கொண்டு தமிழர்க்குப் பெரிதும் பயன்படாது போகின்றது.

ஒரு பார்ப்பனர் ஒரு கொடையாளியொடு பழகப்பெறின், அவர் கொடையைப் பெரும்பாலும் பிற குலத்தார் பெறாதபடி, தங்குலத்தார்க்கே இயன்றவரை வரையறுத்துக் கொள்வது அவர் இயல்பு. சில அறநிலையங்களில், தமிழ இரவலர் (பிச்சைக்காரர்) வெளியே நின்று பட்டினியும் பசியுமாய் ஒரு கவளம் பெறாது தவிக்க, ஒரு சாரார் உள்ளேயிருந்து கொழுக்கக்கொழுக்கச் சிறந்த வுண்டிகளை உண்கின்றனர். இவற்றிற்குச் செல்லும் செலவோ தமிழருடையவை.

பார்ப்பனருக்கே ஒன்றும் கொடுக்கக்கூடாதென்று யாம் கூறவில்லை. அவரது தந்நலத்தையும் தமிழர் நலம் பேணாமையையுமே கண்டிக்கின்றோம்.

இக்காலத்தில், தமிழ்நாட்டில் கொடையாளிகளைக் காண்பது அரிதாயிருக்கின்றது. எங்கேனும் அத்திபூத்தாற்போலும் கார்த்திகைப் பிறை கண்டாற் போலும் ஒருவர் தோன்றின், அவர் இலக்கக்கணக்காகவும் கோடிக்கணக்காகவும் ஆங்கிலக் கல்விக்கே கொட்டிக் கொடுக் கின்றவராயும், தமிழை அவமதிக்கின்றவராயு மிருக்கின்றனர். திருப்பனந்தாள் காசிமடத் தம்பிரான், திருப்பெருந்திரு காசிவாசி சுவாமிநாதத் தம்பிரான் அவர்கள் தமிழுக்காகப் பல பெரும் பரிசுகள் அளிக்கிறார்கள் என்று மகிழ்ந்திருந்தால், அவர்கள் தமிழ்ப் பகைவர்கட்கும் தமிழைப் பழிக்கும் அல்லது கெடுக்கும் **புத்தகவெளியீட்டிற்காகப் பணந்தருவது மிகுந்த வருத்தத்தைத் தருகின்றது.**

இந்நிலையில், செட்டிநாட்டரசர் சர் (வயவர்) அண்ணாமலைச் செட்டியார் அவர்கள் அண்மையில் தமிழிசைக்காகப் பதினையாயிரம் உருபா அளித்தது பஞ்சகாலத்துப் பெய்த பெருமழை போலிருக்கின்றது. ஆனால் இதையும் ஒருசார் பார்ப்பனர் கெடுக்கப் பார்க்கின்றனர்; ஆரியர் இந்தியாவிற் கால்வைக்கு முன்னமும், தெலுங்கில் இலக்கியம் தோன்றுமுன்னமும், தியாகராய ஐயர் பிறக்கு முன்னமும், தமிழர்க்கு இசைத்தமிழ் இருந்த தென்பதையும், ஐயரவர்கள் தமிழ் நாட்டிற் பிறந்ததினாலேயே அவர்கட்கு இசையறிவு அமைந்த தென்பதையும், இந்திய இன்னிசைக்கு இசைத்தமிழே

மூல மென்பதையும், தெலுங்கு தமிழின் கிளைமொழியே என்பதையும் அவர் அறிவாராக.

### 3. இன நலம் பொறாமை அல்லது தன்னினப் பகைமை

உறவின் முறையாலோ குலத்தாலோ மதத்தாலோ நாட்டாலோ தமக்கினமாயினார், நன்றாய் வாழ்ந்தாலும், ஒரு நல்ல பதவியைப் பெற்றாலும், அதைப் பொறாது புழுங்கி அவரைக் கெடுத்துவிட்டு, அயலாரையோ மாற்றாரையோ அவருக்குப் பதிலாய் அமர்த்துவது, இன்றும் தமிழருக்கு வழக்கமாயிருக்கின்றது. இது அவரது நலத்தைக் கொல்லும் நச்சுக் காய்ச்சல்; வலிமையை அறுத்தெறியும் கூர்வாள்.

தமிழரசர்களான சேர சோழ பாண்டியர் மூவரும் ஒற்றுமையா யிருந்த வரையில் அவர்க்கும் தமிழ்நாட்டிற்கும் கேடில்லை. அவர் ஒருவர்மீதொருவர் பொறாமைகொண்டு, தமக்குள்ளேயே போர் செய்யத் தொடங்கியபின், அவரது வலிமை குன்றியது. அருமையான வேலைப்பாடுள்ள பண்டை மாடமாளிகைகளும் கூடகோபுரங்களும் இருந்த இடமும் தெரியாமல் இடிக்கப்பட்டுப் போயின. முத்தமிழரசரும் மறைந் தனர். அவரது அரசியன் மொழியாகிய செந்தமிழும் வரவர மங்கி வரு கின்றது. ஓர் அரசன் இன்னோர் அரசனை வென்றபின், அவனது தலைநகரையும் நாட்டையும் எரியூட்டுவதும், அரண்மனையையும் கோட்டையையும் இடித்துவிட்டுக் கழுதையேர் பூட்டிக் கவடி விதைப்பதும் அக்கால வழக்கம்.

தமிழரசர் வலிகுன்றிய பின்னரே, பல்லவர், தெலுங்கர் மராட்டியர் முதலிய வடநாட்டாரும், துருக்கர், ஆங்கிலர், பிரஞ்சுக்காரர் முதலிய மேல்நாட்டாரும், முறையே தமிழ்நாட்டிற் படையெடுத்து அதைக் கைப்பற்றவும், தமிழர் அடிமையரும் வறியருமாகவும் நேர்ந்தது.

இப்போது, தமிழர்க்குள், ஒவ்வொரு தொழிலாளர்க்குள்ளும் பொறாமையிருந்துவருகின்றது. புலவன் புலவனையும், மருத்துவன் மருத்துவனையும், அமைச்சன் அமைச்சனையும் பகைக்கிறான். ஒரே குலத்திலும் ஒரே மதத்திலும் ஒருவன் இன்னொருவனைப் பகைக்கிறான். இது தமிழ்நாட்டில் அயலார் ஆதிக்கம் கொள்வதற்கே ஏதுவாயிருக்கிறது.

பண்டைக்காலத்திலேயே திருவள்ளுவர்மீது பொறாமை கொண்டு, அவரது திருக்குறளை முதலாவது போற்றா திருந்திருக்கின்றனர் புலவர்.

இக் காலத்தில், அரசியற் கட்சியிலும் பொறாமைப்பேய் புகுந்து அலைக்கழிக்கின்றது. ஒரு தமிழன் தன் இனத்தானைப் பகைத்தானா னால், அப் பகையைக் காட்டுவதற்கு உடனே தமிழர்க்குக் கேடு செய்யும் ஓர் அரசியற் கட்சியில் சேர்ந்துகொண்டு யானை கொழுத்துத் தன் தலையில் தானே மண்ணை வாரிப்

போட்டுக்கொண்டது போலத் தன் குலத்தை அல்லது நாட்டைத் தானே கெடுத்துக்கொள்ளுகிறான்.

இனி, தமக்கு ஒரு வேலையோ அமைச்சர் பதவியோ கிடைக்க வில்லையென்று, தன்னலமேபற்றி எதிர்க்கட்சியில் சேர்ந்துகொண்டு சமூகத்தைக் காட்டிக்கொடுத்த நீதிக்கட்சித் தமிழரும் உளர்.

தமிழர்க்கு முற் காலத்தில் மேனாட்டாருக்குத் தெரியாத எத்துணையோ அரிய கலைகள் தெரிந்திருந்தன. அவற்றையெல்லாம் விளக்கைக் கொளுத்தி மரக்காலால் கவிழ்த்து வைப்பது போலப் பிறர்க்குச் சொல்லாமல் மறைத்து மறைத்து வைத்து, அவை அவருடன் அழிந்தன. மந்திரம், மருத்துவம், சித்து, மல்லம், பொன்னாக்கம் (இரசவாதம்), யோகம் முதலிய பல கலைகளிலும் நூல்களிலும் பல அரிய மறை பொருள்கள் (இரகசியங்கள்) இருந்து அறிவிக்கப் படாமலே மறைந்து போயின. இக்காலத்தில் நாயை மந்திரத்தால் வாயைக் கட்டுவது போலவே, முற்காலத்தில் அரிமா (சிங்கம்) புலி முதலிய கொடிய விலங்குகளையும் வாயைக் கட்டினர். இதையே, "கரடி வெம்புலி வாயையுங் கட்டலாம்" என்று குறித்தார் தாயுமான அடிகள்.

இக்காலத்தில் அறுப்புமுறையாற் குணமாக்கக் கூடிய பல கட்டிகளையும் நோய்களையும் முற்காலத்தில் மருந்தினாலேயே குணமாக்கினர். முற்கால மருத்துவர் நாடி பார்த்துமட்டுமன்று, நோயாளியின் முகத்தைப் பார்த்தவளவிலும், நோயையும் நோய்நிலையையுங் கூறத்தக்கவரா யிருந்தனர். நல்ல பாம்பின் நஞ்சைப் போக்கும் மை இன்று முள்ளது. சித்தர் தாழ்ந்த உலோகங்களை யெல்லாம் மாற்றுயர்ந்த பொன்னாக மாற்றக்கூடியவராயும், தம் உடம்பை எஃகினும் உறுதியாக இறுக்கிக்கொள்ளக் கூடியவராயும், யோகியரைப் போன்றே பன்னூறாண்டுகள் உடலோடிருக்கக் கூடியவராயும், கூடுவிட்டுக் கூடு பாய்தல், வான்வழிச் செல்லல், மறைந்தியங்கல், நிலத்தூடு காண்டல், நீர்மேல் நடத்தல், நெருப்பிலிருத்தல், மூச்சையடக்கல் முதலிய அரிய சித்திகளை யடைந்தவராயு மிருந்தனர்.

ஆயுத மில்லாமலே, ஒருவனைப் பிடித்து நிறுத்தவோ கொல்லவோ ஏதுவான, சில மருமப் பிடிகளும் தட்டுகளும் தெரிந்த சிலர் இன்றுமுளர் என்று சொல்லப்படுகின்றது.

படிமைக்கலை(Sculpture)யில், எந்தக் கல்லையும் மெழுகுபோல் இளக்கக்கூடிய ஒரு முறை, முற்காலத்தார்க்குத் தெரிந்திருந்ததாக, அக் கலையறிஞர் சிலர் கூறுகின்றனர். தமிழ்நாட்டினின்றே படிமைக்கலை, கிரேக்க, ரோம நாடுகளுக்குச் சென்றிருக்கின்றது.

இராவணன் தலை வெட்டவெட்டத் தளிர்த்தது என்பதிலும், சூரபதுமன் வேண்டியபடி யெல்லாம் தன் உருவை மாற்றினான் என்பதிலும், குபேரனின் புட்பக வானூர்தியிலும், சச்சந்தனின் மயில்வானூர்தியிலும், ஒவ்வோர் உண்மையுள்ளதாக ஊகிக்கப்படுகின்றது. இவையெல்லாம் மறைத்து வைக்கப்பட்டு மறைந்து போயின. இக்காலத்திலும், கம்மியர் சில நுட்பவேலைப் பாடுகளையும், மருத்துவர் சில மருந்துகளையும்,

பிறர் பிறவற்றையும், தம் சொந்த மாணவர்க்கும் மக்களுக்குங்கூட மறைத்துவைக்கின்றனர்.

ஒரு மருத்துவர் தாம் இறக்கும்போதுதான், தமது மருத்துவ நுட்பங்களைத் தம் மாணவர்க்குச் சொல்லுவது வழக்கம். அதுவும் ஒன்றிரண்டு குறைத்தே சொல்லுவர். இங்ஙனம் ஒவ்வொரு குரு மாணவத் தலைமுறையிலும் சிறிது சிறிதாய்க் குறைந்துகொண்டே போனால் "கழுதை தேய்ந்து கட்டெறும் பாகி, கட்டெறும்பு சிற்றெறும் பாகி, சிற்றெறும்பு ஒன்றுமில்லாமற் போனதுபோல்" தான். ஒவ்வோர் அரிய கலையும் இங்ஙனமே குறைந்தும் மறைந்தும் போயிருக்கின்றது.

சிலர் தாம் புதைத்து வைத்த பணத்தைத் தம் மனைவி மக்கட்குக் கூடச் சொல்லாது இறந்துவிடுகின்றனர். இவ்வகைப் பொறாமையுள்ள வரையில் தமிழர் உருப்பட வழியில்லை. ஒரு கலையை அல்லது தொழிலை வெளிப்படுத்தினால் தான், அதை மேலும் மேலும் திருத்தவும் வளர்க்கவும் முடியும்; அதனால் ஒரு நாடும் உலகமும் முன்னேறும்.

கடவுள் உலகுக்கெல்லாம் தந்தை. உலகமுழுமைக்கும் பயன்படுவதற்கென்றே, அவர் ஒரு குலத்தானுக்கோ ஒரு நாட்டானுக்கோ அறிவை அளிக்கின்றார். அவன் அவ் வறிவைத் தனக்குள் மறைத்து வைப்பானாயின், அது அழிவதுடன் அரசியற் பணத்தை அல்லது பொதுவுடைமையைக் கவர்ந்த சேவகனின் குற்றமும் அவனைச் சாரும்.

## 4. குறிபார்த்தல்

பண்டைக்காலத்தில் உலக முழுவதும் குறிபார்த்தல் பெருவழக்கா யிருந்திருக்கின்றது. மேனாட்டார் நாகரிகமடைந்த பின் அவ் வழகத்தை விட்டு விட்டனர். தமிழரோ இன்னும் அதில் பெரு நம்பிக்கை வைத்தி ருக்கின்றனர்.

வானக்குறி உலகக்குறி என குறி இருவகைப்படும். இவற்றை முறையே காலக்குறி, பொருட்குறி என்றுங் கூறலாம். வானக்குறி ஜோசி யம் என்றும், உலகக்குறி சகுனம் என்றும் வழங்குகின்றன. நாள் (நட்சத்திரம்), கிழமை முதலியன வானக்குறியாம். பூனை குறுக்கிடல் வாணியன் எதிர்ப்படல் முதலியன உலகக்குறியாம். இவ் விருவகைக் குறிகளையும் பார்ப்பதால் நன்மையுமில்லை; பாராததாற் கேடுமில்லை. மேனாட்டார் இவற்றைப் பாராததினால் விதப்பாக ஒரு தீங்கும், கீழ்நாட்டார் பார்ப்பதினால் சிறப்பாக ஒரு நலமும் அடைவதில்லை.

குறி பார்ப்பதால் பல தீமைகள்தாம் உண்டாகின்றன. அவை வீண் செலவு, காலக்கேடு, மனக்கவலை, முயற்சி யழிவு முதலியன. இதனால்தான், "சாத்திரம் பார்க்காத வீடு சமுத்திரம்" என்னும் பழமொழி எழுந்தது.

கலியாணம் செய்யுமுன், பெண் மாப்பிள்ளைக்குப் பொருத்தம் பார்ப்பதால், சண்டை சச்சரவோ பிணி மூப்புச் சாக்காடோ வராமலிருக்கப் போவதில்லை. இருபத்தைந்தாம் ஆண்டில் இறக்கும் விதியுள்ளவனுக்கு, இருபதாம் ஆண்டில் பொருத்தம் பார்த்து மணஞ்செய்துவிட்டால், அவனுக்குச் சாவு வராதிருக்குமா? மேனாட்டார் பொருத்தம் பாராமல் மணப்பதால், கேடடையாமலிருப்பதோடு நம்மினுஞ் சிறப்பாய் வாழ்கின்றனர். பொருத்தம் பார்ப்பதால் சில சமையங்களில் உண்மையான பொருத்தங்களே தப்பிப் போவது முண்டு. பெண்ணுக்கும் மாப்பிள்ளைக்குமுள்ள மனப்பொருத்தமே உண்மையான மணப்பொருத்தமாகும்.

நாட்பார்க்கிறவர்கள் எல்லாக் காரியங்களுக்கும் பார்ப்பதுமில்லை, பார்க்கவும் முடியாது. ஒருவன் நோய்ப்பட்டிருக்கும் போதாவது, வீடுபற்றி வேகும் போதாவது, நாளும் வேளையும் பார்த்து மருந்துண்ணவாவது நெருப்பணைக்கவாவது முடியுமா?

"நாளும் கிழமையும் நலிந்தோர்க் கில்லை" என்றார் ஔவையார். மேலும் புகைவண்டியிற் பயணஞ் செய்வோர் இராகுகாலம் குளிகைகாலம் பார்க்க முடியுமா? முடியாதே!

வடார்க்காட்டைச் சேர்ந்த ஆம்பூரில், பல ஆண்டுகளுக்கு முன் ஒருவர் 40ஆம் அகவை (வயது)யில் சிலநாள், நோய்ப்பட்டிருந்து இறந்துபோனார். அவருடைய பிறப்பியலில் (சாதகத்தில்) 60 அகவையென்று குறித்திருந்ததால், சரியாய் மருத்துவம் பார்க்கவில்லை என்று அவர் இறந்தபின், பிறப்பியற் குறிப்பை எடுத்துக் கூறி அவருடைய வீட்டார் வருந்தினர். ஒருவனுக்குச் சாவு வரும் நாளும் வேளையும் இறைவன் தவிர வேறு ஒருவரும் அறியார். பிறப்பியல் கணிக்கிற கணியர்க்குத் தமது இறப்பு நாளே தெரியாதிருக்க, பிறர் இறப்பு நாள் எங்ஙனம் தெரியும்? ஒவ்வொருவர்க்கும் இறப்பு நாள் முன்னமே தெரிந்திருந்தால் அதற்குள் எத்தனையோ காரியங்கள் செய்து கொள்ளலாமே!

சிலர் பிறப்பியற் கணிப்பு உண்மையானதென்றும், அதைக் கணிக்கிறவர் சரியாய்க் கணியாமையாலேயே தவறு நேர்கிறதென்றும் சொல்கின்றனர். அப்படியானால் உண்மையாய்க் கணிக்கிறவர் யார்? எந்தத் திறவோரை (நிபுணரை)க் கேட்டாலும், தமது கணிப்பு ஐந்துக் கிரண்டு பழுதில்லாம லிருக்குமென்றே கூறுகின்றனர். இனி, அந்த ஐந்துக்கிரண்டுதான் எவையென்று திட்டமாய்த் தெரியுமா (?) அதுவுமில்லை. அங்ஙனமாயின், பிறப்பியலால் என்னதான் பயன்? உண்மையாய்க் கணிப்பவர் இனிமேல் தோன்றுவாராயின் அப்போது பார்த்துக்கொள்ளலாம். அதுவரை பிறப்பியலில் நம்பிக்கை வையாதிருப்போம்.

பிறப்பியலானது, ஒருவன் பிறந்த வேளையில் நாளும் (நட்சத்திரமும்) கோளும் (கிரகமும்) நிற்கும் நிலையை அடிப்படையாக வைத்துக் கணிக்கப்படுவது. ஒவ்வொருவன் பிறப்பையும் நாட்கோள் நிலை

தாக்கும் என்று கொள்வது பொருந்தாது. அரசர் காரியத்தில் அது உண்மையாயிருக்கலாம். ஒரு புகைவண்டி புறப்பட்டபின் பொதுமக்களுக்கு நிறுத்தப்படாவிடினும், ஒரு பெரிய அதிகாரிக்கு நிறுத்தப்படுகின்றது. அதுபோல, கடவுளாட்சியில், ஓர் அரசின் காரியத்தில் அல்லது ஒரு நாட்டுக் காரியத்தில், நாட்கோள்நிலை மாறலாம் முதன் முதலிற் கணித்தவர்கள் அரசர்க்கே பிறப்பியல் கணித்து, பிற்காலக் கணியர் பிழைப்புக் குன்றியபோது முறையே சிற்றரசர்க்கும், கிழார் (ஜமீன்தார்) கட்கும், செல்வர்க்கும் அவருடைய இனத்தார்க்குமாகக் கடைசியிற் பொதுமக்களிடம் வந்திருக்கலாம். எப்படியிருப்பினும் பிறப்பியற் கணிப்பாற் பொதுமக்க ளுக்கு ஒரு நன்மையுமில்லை யென்பதே முடிபாம்.

ஒருவர் ஒரு காரியம் ஆகுமா ஆகாதா என்று கேட்டால் கணியர்கள் பொதுவாய் வேகடையாகவும் இரட்டுறலாகவும் வலக்கார (தந்திர) மாகவுமே கூறுவர். சில சமையங்களில் அவர் கூறியது வாய்ப்பின், அது குருட்டடியேயாகும். தாம் கூறப்போகிற செய்தியைப்பற்றி முன்னமே பிறரிடம் மறைவாகக் கேட்டறிந்து கொள்வதும் அவர் வழக்கம். சிலர் சில இளந்த மனக்காரரை, அவருக்கு இத்தனை நாளிற் சாவென்று அச்சுறுத்தி, அதைத் தீர்த்தற்கென்று ஏமாற்றிப் பணம் பறிப்பதுமுண்டு.

நாட்பார்ப்பது போன்றே வேளைபார்ப்பதும் தீயதாகும். சில ஆண்டுகளுக்கு முன், சென்னையில் ஓர் இளைஞனுக்கு ஒரு பெரியார் ஓர் ஆங்கிலக் கும்பனியில் வேலைக்கு மதித்துரை (சிபார்சு) செய்தி ருந்தார். கும்பனித் தலைவர் அவ் விளைஞனை அடுத்த திங்கட்கிழமை காலை 8 மணிக்கு வந்து தம்மைப் பார்க்கச் சொல்லியிருந்தார். அவ் விளைஞன் வேளை பார்ப்பவனாதலால், காலை 7.30-லிருந்து 9 மணி வரை இராகுகாலமென்று அவ் வேளை கழித்து 9.30 மணிக்குச் சென்றான். உடனே கும்பனித்தலைவர் அவனுக்கு ஒழுங்கீனமான பயலென்று பட்டந் தந்து, கண்டபடி திட்டி வெளியே போகச் சொல்லி விட்டார்.

ஆகையால் ஒரு காரியஞ் செய்வதற்குக் காலம்பற்றிக் கவனிக்கக் கூடியவை யெல்லாம், தட்பவெப்பநிலை (சீதோஷ்ண ஸ்திதி)யும் செல்வ வறுமை நிலையும் தூக்க ஊக்க வேளையும் ஒளியிருட் காலமுமே யன்றி வேறன்று.

இனி, பொருட்குறிகளைக் கவனிப்போம். ஒருவன் தன் வீட்டை விட்டுப் புறப்படும்போது, வாசல் நிலை தலையில் தட்டிவிட்டால், உடனே தடையென்று நின்றுவிடுகிறான். இதற்குக் காரணமென்ன வென்றால், வாசல் குட்டையாயிருப்பதே. குட்டையான வாசலில் குனிந்து போனால் தட்டாது. சில சமையங்களில் குனிந்துபோக மறந்துவிடுவதால் தட்டிவிடுகிறது. இது மனிதனால் நேரும் குற்றமேயன்றி வாசலால் வந்த குற்றமன்று. தானே வாசலை முட்டிவிட்டு வாசல் தட்டிவிட்டது என்று கூறுகிறவன் முட்டாள். முட்டுகிற ஆள் முட்டாள்தானே! வாசலை நெடிதாக்க வேண்டும், அல்லது குனிந்து போக வேண்டும். நெடிய வாசலானால் நிமிர்ந்து போகலாம். மேனாட்டார், நெடிய வாசல்கள் அமைப்பதால் முட்டாள்களாவதில்லை. வாசல் தட்டுவது தீக்குறியானால், நெடிய வாசலுள்ளவர்க்கெல்லாம் அக்குறி தோன்றுவதில்லையே!

இதனால், முட்டாள் குட்டை வாசலை வைத்து முட்டாளாகிறான் என்று வெட்ட வெளியாகவில்லையா?

இங்ஙனமே பிற குறிகளும், பூனை, வாணியன், மொட்டைப் பார்ப்பாத்தி முதலியவர்கள் எல்லா விடங்களிலு மில்லையே! அவர்கள் இல்லாவிடங்களில் அவர்களால் நேரும் தீக்குறிகள் எங்ஙனம் தோன்றும்? ஆகையால் இவை யெல்லாம் மனப்பான்மையால் தோன்றுவனவே யன்றித் தாமாகத் தோன்றுவன வல்ல.

மேலும், ஒருவனுக்கு ஒரு மொட்டைப் பார்ப்பாத்தி எதிர்ப் பட்டால், அவள்மட்டும் அவனுக்கு எதிர்ப்பட்டாள் என்று ஏன் கொள்ள வேண்டும்? அவளுக்கு அவன் அல்லது அவனும் எதிர்ப்பட்டான் என்று ஏன் கொள்ளக்கூடாது?

ஓர் ஊரில் ஓர் அரசனிருந்தான். அவன் ஒரு நாட்காலை ஒரு திட்டிவாசல் வழியாய் வெளியே தெருவை எட்டிப் பார்த்தான். அவ் வாசல் குட்டையாயிருந்ததால், அவன் தலையைத்தட்டி ஒரு காயமும் ஏற்பட்டது. வெளியே ஒரு இரவல(பிச்சைக்கார)ப் பையன் நின்று கொண்டிருந்தான். அவனைப் பார்த்ததனால்தான் அக் காயம் ஏற்பட்ட தென்று, அவ் வரசன் அவனைத் தூக்கிலிடச் சொன்னான். அப்போது அப் பையன், "ஆண்டவனே! தாங்கள் என்னைப் பார்த்ததனால் எனது உயிருக்கே இறுதி வந்துவிட்டதே! இதற்கு தாங்கள் என்ன செய்யப்போகிறீர்கள் என்று கேட்டான். உடனே அரசனுக்கு அறிவு பிறந்து, அவனை விடுதலை செய்துவிட்டான்.

குறியில் அல்லது கணியத்தில் (ஜோசியத்தில்) நம்பிக்கையுள்ள ஒருவன், ஒரு குறி ஒரு காரியத்திற்குத் தடையென்று நினைத்தால், அக் காரியத்தைச் செய்யாதே விட்டுவிடுகிறான்.

***"தெய்வத்தா லாகா தெனினும் முயற்சிதன்***
***மெய்வருத்தக் கூலி தரும்"*** (குறள். 619)

என்றார் தெய்வர் புலவர்.

ஒரு காரியம் ஆகும் ஆகாதென்று முடிவில்தான் சொல்லமுடியும். சில காரியம் ஒரே முயற்சியில் முடியும். சில காரியம் பல முயற்சியில் முடியும். ராபட் புருஸ் ஆறுமுறை தோற்று ஏழாம் முறை வெற்றி பெற்றார்.

ஒரு காரியம் பல முறை முயன்றும் முடியாமற் போனாலும், பட்ட பாட்டிற்குப் பலனில்லாமற் போகாது. குறியில் நம்பிக்கையுள்ள ஒருவன், ஒரு குறியைக் கண்டபின் முயன்றும் ஒரு காரியம் முடியாமற் போனால், அதற்கு அவனது மனத்தளர்ச்சி காரணமாயிருக்கும், அல்லது முயற்சி

போதாதிருக்கும், அல்லது குறியல்லாத வேறு காரணங்க ளிருந்திருக்கும். இவ் வுண்மைகளை அறியாமல், ஒரு குறியே காரணமென்று கொள்வது அறியாமையாகும்.

சில சமையங்களில் கலை(Science)யியற்படியோ தெய்வ ஏற்பாட்டாலோ, சில தீக்குறிகள் தோன்றிப் பின்னால் நேரப் போகும் துன்பங்களைக் குறிக்கலாம். அது வேறு செய்தி. இங்குக் கண்டிக்கப்படுவதெல்லாம் முயற்சியழிவிற்குக் காரணமான குறிபார்ப்பே. உண்மையில் நேரப்போகும் துன்பங்களைக் குறிக்கும் குறிகளைக் காணின், இயன்றவரை அத் துன்பங்களை விலக்க முயற்சி செய்ய வேண்டும்; முயன்றும் முடியாதாயின் தெய்வ ஏற்பாடென்று தெரிதல் வேண்டும்.

**துறவியைப் பின்பற்றல்**

மக்கள் வாழ்க்கைமுறை இல்லறம், துறவறம் என இருவகைப் படும். கடவுள் மக்களை ஆணும் பெண்ணுமாகப் படைத்திருப்பதாலும், உலகம் நடந்து வருதலே இறைவனுடைய முத்தொழில்களில் ஒன்றாகிய காப்புத் தொழிலாதலாலும், துறவியை நெடுங்காலம் தாங்குபவன் இல்லறத்தானாதலாலும், உண்மையான துறவு மிக அரிதாதலாலும், இல்லறத்திலும் வீடுபேறு கிட்டுமாதலாலும், துறவறத்தினும் இல்லறம் சிறந்ததெனக் கூறலாம்.

***"இல்லற மல்லது நல்லறமன்று"***

என்றார் ஔவையார்.

*"அறனெனப் பட்டதே யில்வாழ்க்கை"*

என்றார் திருவள்ளுவர்.

இல்லறம் துறவறம் ஆகிய இரண்டிற்கும் தனித்தனி சில சிறப்பியல்கள் உண்டு. அவற்றில் அவை ஒன்றையொன்று பின்பற்றுதல் தவறாம். உண்மைத் துறவிகள் பெரும்பாலும் கற்றோராயும் ஆசிரியரா யிருந்தமையால், இல்லறத்தார் அவரை அளவிறந்து பின்பற்றித் தாமுங்கெட்டுப் பிறரும் கெடுவதற்குக் காரணமாய் இருந்திருக்கின்றனர். சில துறவிகளும், சிறப்பாகப் பௌத்த சமணத் துறவிகள், உலகிலுள்ள பலவகை நிலையாமைகளையும் துன்பங்களையும் மிகுத்துக்கூறி, இல்லறத்தார்க்கு உலக வாழ்க்கையில் மிகுந்த வெறுப்பையூட்டியிருக்கின்றனர். இதுவே கலைவளர்ச்சிக்குப் பெரிதும் தடையாயுள்ளது.

உலகவாழ்க்கை நிலையாததாயிருந்தாலும், இன்றைக்கும் நீண்ட வாழ்வினர் பெரும்பாலும் அறுபதாண்டுகளிருக்கக் காண்கின்றோம். ஒருவன் முப்பதாண்டுகளிருந்தாலுங்கூட அதற்குள் எத்துணையோ இன்பங்களையும் நுகர(அனுபவிக்க)லாம்; காரிங்களையுஞ்

செய்யலாம்.**பரிதிமாற்கலைஞன்** என்னும் **சூரியநாராயண சாத்திரியார்** 35ஆம் ஆண்டில் இறந்து போயினார். ஆயினும் அதற்குள் 80 ஆட்டைப் பருவத்தினரும் செய்திராத பல முயற்சிகளையும் தொண்டுகளையும் செய்திருக்கின்றனர்.

"இன்றைக்கிருந்தாரை நாளைக்கிருப்பரென்றெண்ணவோ திடமில்லை" அதுபோன்றே இன்றைக்கிருந்தாரை நாளைக்கிரார் என்று எண்ணவும் திடமில்லை.

ஓர் இடத்தில் ஒருவன் இரண்டொரு நாளே குடியிருப்பதாக இருந்தால், அதைச் செவ்வைப்படுத்தமாட்டான். நீடித்திருந்தால் நிலையானதென்று அதைச் சீர்ப்படுத்துவான். அதுபோன்றே உலகம் நிலையில்லதென்று கருதி இடைக் காலத் தமிழர் இம்மைக்குரிய கலைகளிற் கவனஞ்செலுத்தாது, மறுமைக்குரிய மதவாராய்ச்சியிலேயே ஈடுபட்டிருந்திருக்கின்றனர். மேனாட்டினரோ, அங்ஙனமன்றி உலகத்திலுள்ள வரை சிறப்பாய் வாழலா மென்று, இம்மைக்குரிய கலைகளை யெல்லாம் ஆழ ஆராய்ந்து உலக நலமான பல புதுப்புனைவுகளை (Inventions) இயற்றியிருக்கின்றனர். தமிழர் புதிதாகக் கலையாராய்ச்சி செய்யாமலிருந்ததோடு, தம்முன்னோர், பன்னூறாண்டுகளாகப் பயின்றமைத்து வைத்த இசை நாடகம் ஓவியம் முதலிய கலைகளையும் சிற்றின்பத்திற் கேதுவானவை யென்று பெரிதும் அழியவிட்டிருக்கின்றனர்.

உலகத்தில் இன்பமும் உண்டு. ஆயினும் துன்பத்தை மட்டும் கவனித்தனர் சில துறவிகள்.

"பிறந்தார் உறுவது பெருகிய துன்பம்" என்றனர் பௌத்தர். "வெறியயர் வெங்களத்து .......... மறிகுள குண்டன்ன மன்னா மகிழ்ச்சி" என்றனர் சமணர். இங்ஙனமே பிற மதத் துறவிகள் சிலரும் கூறினர். பேரின்பம் போன்றே சிற்றின்பமும் கடவுளால் அளிக்கப்பட்டதே. சிற்றின்பம் நுகர்ந்தவரே பேரின்பத்தையும் நன்றாய் உணரமுடியும். அதனால் அவர்க்கு அதன்மேல் விருப்பமுண்டாகவும் இடமுண்டு. இக் கருத்துப்பற்றியே திருச்சிற்றம்பலக் கோவை பாடினார் மாணிக்க வாசக அடிகள். அறவழியில் சிற்றின்பத்தை நுகர்ந்தால் யாதொரு குற்றமுமில்லை மேன்மக்களானும் புகழப்பட்டு மறுமைக்கும் உறுதி பயக்குமாதலின் இக் காமம் பெரிதும் உறுதியுடைத்து" என்றார் நக்கீரர்.

சில துறவிகள் செல்வமும் பெண்டிரும் சிற்றின்பத்திற் கேதுவென்று அவரை வரம்பு கடந்தும் பழித்தனர். சிலர் மனித உடம்பையும் மிகமிக இழிவாகக் கூறினர். இவரது கூற்றின்படி நடந்தால் அது ஒருவகைத் தற்கொலையே யாகும். செல்வத்தைப் பழித்ததே தமிழரின் சோம்பலுக்கும் காலந்தவறுந் தன்மைக்கும் காரணமாகும்.

கடவுள் தம் முற்றறிவால் எல்லாப் பொருள்களையும் மனிதன் தன் நன்மைக்கென்று படைத்திருக்க, பன்னாடை போல அவற்றின் நற்கூறுகளை யுணராது. தீக்கூறுகளையே தவறாக உணர்வது கடவுளின்

படைப்பிற்கே குற்றங்கூறியதாகும்.

பொருளில்லாவிட்டால் ஒருவன் உயிர்வாழ முடியாது. பெண்டிர் இல்லாவிட்டால் இல்லறம் நடவாது, மக்கள் குலம் அழியும்; உடம்பைப் பேணாவிட்டால் நோய்ப்பட்டு ஒரு வினையுஞ் செய்யமுடியாது, பிறர்க்குப் பாரமாயிருக்க நேரும். அதோடு வீடுபேற்று முயற்சியும் கெடும், பின்பு சாவும் வரும்.

உடம்பின் பயனை நன்றாயறிந்தே,

"உடம்பார் அழியில் உயிரார் அழிவர்
திடம்பட மெய்ஞ்ஞானஞ் சேரவு மாட்டார்
உடம்பை வளர்க்கும் உபாயம் அறிந்தே
உடம்பை வளர்த்தேன் உயிர்வளர்த் தேனே"
"உடம்பினை முன்னம் இழுக்கென் றிருந்தேன்
உடம்பினுக் குள்ளே உறுபொருள் கண்டேன்
உடம்புளே உத்தமன் கோயில்கொண் டானென்
றுடம்பினை யான்இருந் தோம்புகின் றேனே"

என்றார் திருமூல நாயனார்.

உடம்பைப் பேணாமையால், நலவழி (சுகாதாரம்) மருத்துவம், சமையல் முதலிய கலைகள் வளர்தற்கிடமில்லை.

பல துறவிகள் கோவணந் தவிர வேறொன்றும் அணியாமையாலும், இல்லறத்தார் பலர் அவரை மதித்ததனால் தம் உடம்பை வேட்டியால் போர்த்ததன்றிச் சட்டையணியாமையாலும், நெசவு, தையல் முதலிய கலைகளும் சிறிது கெட்டன.

சட்டையணிதல் பண்டைக்காலத்து மிருந்தது. அதை விரும்புவோர் கோடைகாலத்தி லில்லாவிட்டாலும் குளிர்காலத்திலாவது அணிந்திருக்கலாம்.

துறவிகள் அருள் காரணமாகவும் உடம்பை ஒடுக்குதற்கும் ஊனுணவை யொழித்து மரக்கறியே உண்டுவந்ததால், இல்லறத்தாரும் அவரைப் பின்பற்றி ஊனுணவை ஒழித்திருக்கின்றனர். இவரே சைவ வேளாளர் எனப்படுவார். இவரைப் பின்பற்றி வேறு சில குலத்தாரும் அண்மையில் ஊனுணவை விலக்கியிருக்கின்றனர். இதை யாம் குற்றமாகக் கூறவில்லை. ஆனால், மரக்கறி யுணவே தூயதென்றும், ஊனுணவு தூயதன்றென்றும் கூறுவதை யாம் ஒப்புக்கொள்ள முடியாது.

ஊனுணவு கொலையுள்ள தென்றால், மரக்கறியுணவும் கொலை யுள்ளதே.

சில அஃறிணை உயிரி (பிராணி)களுக்கு ஊனே உணவாக இருக்கின்றது. ஊனுணவு குற்றமுள்ளதாயின், அக் குற்றம் கடவுளையே சாரும். 'புலி பசித்தாலும் புல்லை தின்னுமா?' குளிர்நாடுகளில் ஊனுணவு தவிர வேறொன்றும் கிடைப்பதில்லை. குறிஞ்சிநாடுகளில் மக்கட்கு விலங்குணவு இயற்கையா யிருக்கின்றது. கண்ணப்ப நாயனார் பன்றியூனைத் தாமும் தின்று சிவபெருமானுக்கும் கொடுத்தார்.

துறவறத்திற்குரிய அருள் இல்லறத்தார்க் கிருக்க முடியாது. அதனாலேயே, அருளுடைமை, புலான்மறுத்தல், கொல்லாமை என்ற மூன்றதிகாரங்களையும் துறவறத்தில் வைத்துக் கூறினார் திருவள்ளுவர்.

ஊனுணவால் வீரத் தன்மையும் மரக்கறியுணவால் சாந்தத் தன்மையும் உண்டாகும். அரிமா சிறியதாயும் யானை பெரியதாயுமிருந்தாலும், முன்னது பின்னதை எளிதிற் கொன்றுவிடுகின்றது. இதற்கு அவற்றின் ஊனுணவும் மரக்கறியுணவுமே காரணம்: உலகத்தில் ஊனுண்ணாத வீரக்குலத்தார் எங்குமில்லை. இதனாலேயே ஊனுண்டிச்சாலை ஆங்கிலத்தில் மிலிட்டரி ஹோட்டல் எனப்படுகின்றது. வீரம் ஒரு நாட்டுக்காப்பிற்கு இன்றியமையாதது. பண்டைத் தமிழரசரும் பொரு நரும் (Soldiers) சிறக்க ஊனுண்டனர். திருவள்ளுவர் அரசியலாராய்ந்த வராதலின், இவ் வுண்மைகளை அறிந்திருந்தார்.

சில உயிரிகள் ஊன்கள் சில கொடிய நோய்கட்குக் சிறந்த மருந்தாயுள்ளன.

கல்விக்குரிய உயர்ந்த வகுப்பார் ஊனுணவை விலக்கியதால், உடல்நூல் (Physiology), அக்கறுப்பு நூல் (Anatomy), அறுப்பியம் (Surgery) முதலியன தோன்றற்கும் வளர்தற்கும் இல்லை.

ஊனுணவு பழிக்கப்படுவதால், உயர்ந்த குலத்தார் ஆடு கோழிப் பண்ணைகள் வைத்து, நாட்டின் உணவு வசதியையும் பொருளாதாரத்தையும் பெருக்கவில்லை. தாழ்ந்த குலத்தார்க்கோ பொருளிட வசதியில்லாதிருப்பதுடன், ஊனும் பாலும் அவர் கைபடின் விலையாதற் கிடமில்லாமலு மிருக்கின்றது.

ஆத்திரேலியா, நாரவே முதலிய நாடுகளுக்கு ஆட்டுப்பண்ணையே உயிர் நாடி. தமிழரும் இதை மேற்கொள்ளின் மிகுந்த நலமுண்டாகும்.

### 6. ஆரியம்

தமிழன் கெட்ட வழிகளில் மிகக் கொடியது ஆரியமே. ஆரியரைப் போலக் குலப்பற்றுள்ள வகுப்பார் வேறெவரும் இல்லை யென்றே கூறலாம்; ஆரியர் தமிழ்நாட்டிற்கு வந்ததைப்பற்றியும், தமிழர் அவரை

வளம் படுத்தியதைப் பற்றியும் யாம் ஒன்றும் சொல்வதற்கில்லை. ஆனால், ஆரியர் தம்மைத் தாங்கிய தமிழரையே கெடுக்கின்ற நன்றிக் கேடு பொறுக்குந்தரத்ததன்று.

ஆரியத்தால் தமிழர்க்கு விளைந்த தீங்குகளை இரு வழியாகப் பிரிக்கலாம்:

(1) குலப்பிரிவினை

மேனாட்டாரைப்போல ஒரே சமூகமாய் உறவாடிக்கொண்டிருந்த தமிழரைப் பற்பல உறவு கலவாத தனிக் குலங்களாகப் பகுத்து, அவற்றுக்கு உயர்வு தாழ்வும் பிறப்பாற் சிறப்பும் கற்பித்து, அவையெல்லாம் தமக்குத் தொண்டு செய்யும்படி தம்மைத் தலையாகச் செய்து கொண்டனர் ஆரியர். அவர் வருமுன் தமிழர்க்குள் இருந்த குலப்பகுப்பு ஒழுக்கமும் தொழிலும்பற்றியதே யன்றிப் பிறப்புப்பற்றிய தன்று.

***"ஒழுக்கமுடைமை குடிமை இழுக்கம்***
***இழிந்த பிறப்பாய் விடும்"*** (குறள். 133)

***"பிறப்பொக்கும் எல்லா உயிர்க்கும் சிறப்பொவ்வா***
***செய்தொழில் வேற்றுமை யான்"*** (குறள். 972)

என்று தெய்வப்புலமைத் திருவள்ளுவ நாயனாரே, ஆரியர் வகுத்த குலப் பகுப்பைக் கண்டித்திருக்கின்றார்.

ஆட்சியதிகாரம் அக்காலத்தில் அரசரிடமிருந்தது; அதனால், ஆரியர் முதலாவது அரசரையே அடுத்தனர். இக்காலத்தில் குடிகளிடமிருப்பதால் இன்று அவர்களை அடுக்கின்றனர். அரசனிடம் அதிகாரமிருந்த அக்காலத்தில், ஆரியர் பல வலக்காரங்களால் அரசரை வசப்படுத்தினதனால், குடிகள் ஆரியத்தீங்கைத் தடுக்க முடியவில்லை. ஆயினும் ஆரிய அன்முறையை (அநியாயத்தை)ப் பொறாத சில புலவரும் துறவிகளும் ஆரியத்தைக் கண்டித்தே வந்தனர். சித்தரின் பார்ப்பனியக் கண்டனத்தைப் பதினெண்சித்தர் ஞானக்கோவையிற் பரக்கக் காண்க.

தமிழர் மதிநுட்ப முள்ளவரானாலும் பழைமையான குலத்தைச் சேர்ந்தவராதலாலும், பிறர்க்குத் தீங்கு கருதாதவராதலாலும், தம்மைப் போலப் பிறரை எண்ணி அயலாரையெல்லாம் நம்பி வேளாண்மை செய்யும் தன்மை யராயிருந்தனர். ஆரியர் ஏற்பாடும் சிறிது சிறிதாய் நெடுங்காலம் நடை பெற்றதன்றித் திடுமென்று தோன்றியதன்று. மதத்தினால் எவரையும் நம்பும் சில மதப் பித்தரான தமிழரும் இருந்தனர். மேனாடுகளில் ஆரியரே, ஐந்தாம் பட்டாளத்தாரான ஆரியரால் இவ் விருபதாம் நூற்றாண்டில் ஏமாற்றப்பட்டிக்கும்போது, இருபது நூற்றாண்டுகட்கு முன் திராவிடர் ஆரியரால் ஏமாற்றப்பட்டது வியப்பாகுமா?

குலப்பிரிவினையால் முதலாவது தமிழரின் வலிமை அழிந்தது. ஒரு பெரிய நாட்டைக் கெடுப்பதற்குப் பிரிவினை ஒரு சிறந்த வழி. குலப்பிரிவினை போன்றே மதப் பிரிவினை கட்சிப் பிரிவினைகளாலும் தமிழக்குலம் சிதைக்கப்பட்டுக்கிடக்கின்றது.

குலப்பிரிவினையால் தமிழரின் வீரமும் அழிந்தது. ஒருவன் தன்னினும் மேற்குலத்தானாகக் கருதப்படுகிறவனைக் கண்டவுடன் தன்னைத் தாழ்ந்தவனாக நினைத்துக் கொள்கிறான். அவனுக்கு எப்படி வீரம் பிறக்கும்? தாழ்த்தப் பட்டோரோ தீண்டவும் அண்டவும் பெறாமையால், அவரது வீரம் அறவே அழிந்ததென்றுங் கூறலாம். தீண்டாதவன் ஒருவன் ஒரு பார்ப்பனரைக் காணின் அஞ்சி ஒடுங்குகிறான். அவன் நரம்பு தளர்ந்துவிடுகின்றது. தாழ்த்தப் பட்டோர்க்குத் தீண்டாமையால் வந்த தீமை கொஞ்சநஞ்சமன்று. உயர்குலத்தார் வாழும் அல்லது பயிலும் இடத்தில் குற்றேவலும் கூலிவேலையுங்கூட அவனுக்குக் கிடைப்பதில்லை. ஒரு நீதிமன்றத்தில் அல்லது அலுவலகத்தில் (Office) சேவகன் அல்லது வாயிற்காவலன் வேலை அவனுக்குக் கிடைப்பதும் பெறற்கரும் பேறாயிருக்கின்றது.

சில ஊர்களில், தாழ்த்தப்பட்டோர் அக்கிரகாரத் தெருவழியே செல்லவும், ஊர்க்குளங்களிற் குளிக்கவும், இன்னும் வியப்பாக, மேலாடையும் சட்டையும் அணியவும் விடப்படுவதில்லை. தாழ்த்தப்பட்டோரின் சிறாரைப் பிறகுலச் சிறார் பயிலும் பள்ளிக்கூடங்களிலும் சேர்ப்பதில்லை. இதனாற் கல்வியும் அவர்க் கில்லாது போயிற்று. இத் தீமைகளெல்லாம், விடையூழியரின் (மிஷனரிமாரின்) துணிவாலும், நீதிக்கட்சியினரின் முயற்சியினாலும் நீங்கி வருகின்றது. ஆயினும், இன்னும், தாழ்த்தப்பட்டோர் இந்துக்களாயிருந்த விடத்தும், அவர் சிறார் சில திண்ணைப் பள்ளிக்கூடங்களிலும், திருவாவடு துறை, தருமபுரம் முதலிய இடத்து மடத்துப் பள்ளிகளிலும் சேர்க்கப்படுவதில்லை.

பண்டைக்காலத்தில், பறையருள் ஒரு பிரிவினரான பாணர் இசைத் தொழிலராயிருந்து இசைத்தமிழை வளர்த்துவந்தனர். தீண்டாமையால் பிற்காலத்தில் அவர்க்கு உயர்குலத்தாரிடத்தில் இடங்கிடையாமற் போனதினாலும், பார்ப்பனர் இசைத்தொழிலிற் புகுந்தமையாலும், பாணர்க்குப் பிழைப்புக் கெட்டதுடன் இசைத்தமிழும் மறைந்துபோயிற்று.

வள்ளுவர்க்குரிய கணிய(ஜோதிட)த் தொழிலையும் பார்ப்பனர் கைப்பற்றிக்கொண்டனர்.

மருத்துவம் பண்டைக்காலத்தில் பல அம்பட்டரால் செய்யப்பட்டு வந்தது. சத்திரவித்தை என்னும் அறுப்பு மருத்துவமும் அவர்களுக்குத் தெரிந்திருந்தது.

மருத்துவத்தினாலேயே அம்பட்டர்க்குப் பண்டிதன், பரிகாரி என்ற பட்டங்கள் உண்டாயின.பரிகாரி என்பது இன்று பரியாரி என மருவி வழங்குகின்றது. இன்றும் பலவிடங்களில் அம்பட்டர் மருத்துவரா யிருக்கின்றனர். ஆயினும், குலத்தாழ்வுபற்றி அவரை ஊக்காமையால் தமிழ அறுப்பு மருத்துவம்

அடியோடொழிந்தது.

தாழ்த்தப்பட்டோர்க்குத் தம் தெய்வத்தைக் கோயிலில் வணங்கும் உரிமையும் இல்லாது போயிற்று.

முற்காலத்தில், தமிழ்நாட்டில் வேளாளனே தலைவனாகவும், பிறரெல்லாம் அவனுக்குத் துணைவராகவும் கருதப்பட்டனர். பிற்காலத்தில் பார்ப்பனன் தலைவனாகவும் பிறரெல்லாம் அவனுக்குத் தொண்டராகவும் கருதப்படலாயினர். பார்ப்பனர் தம்மைக் குலமுறையில் தலைமையாகச் செய்துகொண்டதால், எந்த வேலையிலும் தொழிலிலும் அவருக்கு முதலிடங் கிடைப்பதுடன், அவர் தாழ்ந்த வேலையைச் செய்தாலும் உயர்வை இழவாதிருக்கின்றனர். ஒரு பார்ப்பனர் தண்ணீர்க்காரனாயிருந்தால் அவரைச் சாமி சாமி என்கின்றனர்; வேறொரு குலத்தான் அவ் வேலையைச் செய்தால், அவனுக்கு மதிப்பில்லை. தோட்டி வேலை செய்தாலுங் கூடப் பார்ப்பனர் சாமி சாமி யென்றே அழைக்கப்படுவர் போலும்!

சிலர், தாழ்த்தப்பட்டோர் துப்புரவு (சுத்தம்) இல்லாமலும் ஒழுக்கக் கேடாயுமிருப்பதால் அவரொடு எங்ஙனம் பழகமுடியும் என்கின்றனர். தாழ்த்தப்பட்டோர் பிறரால் தள்ளப்படுவதனாலேயே அங்ஙனமிருக்கின்றனர். வெள்ளைக்காரரின் சமையற்காரர் தாழ்த்தப்பட்டோராயிருந்தும் துப்புரவாயும் ஒழுக்கமாயும் இருப்பதால், பார்ப்பனரும் அவர் சமைத்ததை உண்கின்றனர். ஒழுக்கக்கேடு பிற குலத்தார்க்கு முள்ளது.

தாழ்த்தப்பட்டோர்க்குக் கல்விமட்டும் அளிப்பின் மிகத் திருந்திவிடுவர். "பறையைப் பள்ளிக்கு வைத்தாலும் பேச்சில் ஐயே என்னும்" என்றொரு பழமொழி வழங்குகின்றது. குறைந்தது ஆயிரம் ஆண்டுகளாகத் தாழ்த்தப் பட்டுக் கிடப்பவரை ஓரிரு ஆண்டுகளில் முற்றிலும் திருத்திவிட முடியாது. சில தலைமுறைகளாகத் தொடர்ந்து நாகரிகம்பெறின், பின்பு தாழ்த்தப்பட்டோர்க்கும் பிறர்க்கும் எதிலும் வேறுபாடில்லாமற் போம் என்பது திண்ணம்.

பார்ப்பனர் சமுதாயத்தில் தலைமை பெற்றதனால், தமிழர் அவரைப் பேச்சிலும் பழக்கத்திலும் பின்பற்றித் தமிழைக் கெடுத்துக் கொண்டதோடு, சில கலைகளுக்கும் இடமில்லாது செய்துவிட்டனர். உதாரணமாக, மட்கலக்கலை, பார்ப்பனரைப் போல உலோகப்பாண்டங்களைப் பழங்குவதே உயர்வென்றும், மட்பாண்டங்களைப் பழங்குவது இழிவென்றும் கருதப்பட்டதால், மட்கலக்கலை வளர்வதற் கிடமில்லாது போயிற்று.

குலப்பிரிவால் - குரங்கானாலும் குலத்திலே கொள்ளவேண்டு மென்று, ஒரு குலத்திற்குள்ளேயே அல்லது குடும்பத்திற்குள்ளேயே மணஞ்செய்து கொள்வதால், மதிநுட்பம், உடலுரம், நெடுவாழ்வு முதலிய குணங்களில்லாத பிள்ளைகள் பிறந்து நாடு சீர்கேடடைகின்றது.

கிறிஸ்தவர், மகமதியர் முதலிய பிற மதத்தாரை இக்கால இந்துக்கள் இழிவாயெண்ணுவதால், குலப்பிரிவினை மதத்தையும் தாக்கி, இந்துக் கோயில்களிலுள்ள கல்வெட்டுகளைப் பிற மதத்தார் கண்டாராய்வதற் கிடமில்லை.

சிலவூர்களில் 'வித்துவசபை' யென்றும் புலவர் கழகம் என்றும் அமைக்கப்பட்டு ஆண்டுதோறும் தமிழர் செல்வம் கொடை வழங்கப்படுகின்றது. அங்குக் கிறிஸ்துவ மகமதியப் புலவர்க்கு இடமில்லை. நோபெல் பரிசுபோலத் தேசகுலமத வேறுபாடின்றி, புலமைத் தகுதியறிந்து பரிசளிக்கப் பட்டாலொழியத் தமிழும் தமிழரும் முன்னேறு வதில்லை யென்பது திண்ணம்.

பண்டைக்காலத்தில் தமிழ்நாட்டில் மதப் பொறுதி (Religious tolerance) இருந்தது. தமிழ்க்கழங்களில் சைவர், மாலியர் (வைணவர்), பௌத்தர், சமணர், உலகாயதர் ஆகிய பல மதத்தினரும் இருந்தனர். தமிழரசர் பல மதக் கோயில் கட்கும் அறநிலையங்கட்கும் மானியம் அளித்தனர்; பல மத ஆசிரியரையும் பட்டிமண்டப மேற்றித் தருக்கம் செய்வித்து உண்மைகண்டு வந்தனர். ஒரு குடும்பத்திற்குள்ளேயே, சேரன் செங்குட்டுவனும் இளங்கோவடிகளும் போல், பல மதத்தினர் இருக்க இடமிருந்தது.

இவ்வகை மதப் பொறுதியுள்ள வரையில் தமிழ்நாடு அமைதியாகவும் சீராகவு மிருந்துவந்தது. பிற்காலத்தில், ஒரு தன்னலக் கூட்டத்தார். பிற மதங்களால் தமது தலைமை கெடுதல் நோக்கி குலமதப் போர்களைக் கிளப்பிவிட்டனர். தமிழ்நாடு அலைக்கழிக்கப்படுகின்றது. ஒவ்வொரு பொருளைப்பற்றியும் மனிதனுக்குக் கருத்து வேறுபாடுண்டு. மதமோ மிகுதியும் கருத்து வேறுபாட்டிற்கிடமானது. ஆகையால், கருத்துரிமை யுள்ள நாட்டில் மதப் பொறுதியு மிருத்தல் வேண்டும்.

(2) கல்வியிழப்பு

பார்ப்பனர் தம்மை ஞாலத்தேவர் (பூசுரர்) என்றும், வடமொழியைத் தேவமொழி யென்றும் உயர்த்திக்கொண்டதால், தமிழர் அவரைப் பின்பற்றி வட சொற்களை வேண்டாது வழங்கப் பல தென்சொற்கள் அறவே மறைந்துபோயின. புதுக் கருத்துகட்கெல்லாம் தமிழில் புதிதாய்ச் சொற்கள் புனையாமல், வட மொழியிற் புதிதாய்ப் புனையப்பட்ட சொற்களையே வழங்கியதால், தமிழிற் சொல்வளர்ச்சியில்லாதும் போயிற்று.

கடவுள் வழிபாட்டையும் இல்லறச் சடங்குகளையும் வடமொழியில் நடத்துவித்ததால், தமிழின் மதிப்புக் குன்றிற்று. கல்வெட்டுகளைக்கூடப் பிற்காலத்தில் வழக்கற்ற வடமொழியில் பொறிக்கத் தொடங்கினர்.

தமிழர்க்கு உயர்தரக் கல்வியில்லாதும், தப்பித்தவறிக் கற்றவர்க்கும் பிழைப்பில்லாதும் போனதால்,

பல புலவர் வழிமுறைகள் அற்றுப்போயின. கடல் கோட்பட்டவைபோக, எஞ்சிய நூல்கள் பல செல்லுக்கிரையாகியும், அடுப்பில் இடப்பட்டும், பானெட்டாம் பெருக்கில் எறியப்பட்டும், குப்பையிற் கொட்டப்படும்

அழிந்துபோயின. அதனாற் பல கலைகள் மறைந்தன. ஆயிரக்கணக்கான புலவரும் செய்யுள் செய்யவல்ல குடிமக்களும் தொழிலாளரும் நிறைந்திருந்த தமிழ்நாடு, இன்று நூற்றுக்குத் தொண்ணூறு பேரைத் தற்குறிகளாகக் கொண்டுள்ளது.

வடநாட்டிலிருந்து பார்ப்பனர் கூட்டங் கூட்டமாக வந்து தமிழ் நாட்டிற் குடியேறினர், குடியேற்றவும் பட்டனர். அவர் வரவரத் தமிழர்க்கு அலுவற்பேறு குறைந்துகொண்டே வந்தது. வடமொழிக் கல்வியை வளர்க்கவும் பார்ப்பனரையே முன்னேற்றவும் பல வழி துறைகள் வகுக்கப்பட்டன.

தமிழர்க்குத் தாய்மொழி யுணர்ச்சியும் தாய்நாட்டுச் சரித்திர அறிவும் இல்லாது போயின. தமிழில் எத்தனை வடசொற்கள் கலக்கின்றனவோ அத்துணைச் சிறப்பு என்று எண்ணப்பட்டது. அதனால்தான் ஆங்கிலம் வந்தபின் ஆங்கிலச் சொற்களையும் கலந்து பேசுகின்றனர். தமிழர் தென்னாட்டிற்கே யுரியவராய், ஆரியர் வருமுன்பே சிறந்த நாகரிகமடைந்தவரா யிருப்பவும், வடநாட்டிலிருந்து வந்தவரென்றும் ஆரியரால் துரத்தப்பட்டவரென்றும் அவராலேயே நாகரிக மடைந்தவரென்றும் தவறாய்க் கருதப்பட்டனர்.

தமிழுக்கும் தமிழர்க்கும் மாறான பல ஆரியக் கதைகள் தமிழ்நாட்டில் புகுத்தப்பட்டன. மதியை விளைக்காதனவும், அடிமைத்தனத்தில் ஆழ்த்துவனவும், கலையிலக்கியங்களில் பொய்யும் புனைந்துரையுமானவுமான பல தீமைகள் தமிழர்க்குப் புகட்டப்பட்டன.

இன்றும் ஆங்கிலேயரினின்று விடுதலை யாவதினும் ஆரியரி னின்று விடுதலையடைவதே தமிழர்க்கு அரிதாகின்றது.

### 7. அரசியற்கட்சிகள்

1. நீதிக்கட்சி: ஆரியர்க்கும் தமிழர்க்கும் மொழிப்போர் தொன்று தொட்டு நடந்துவருகின்றதேனும், அது பொதுமக்களுக்குத் தெரிவதன்று.

ஆரியரால் திராவிடர்க்கு நேர்ந்துள்ள சமுதாயத் தீங்குகளை, முக்கியமாய் அலுவற் குறைவை, நீக்குவதற்கு, நீதிக்கட்சி தோன்றினது. ஆனால், அக் கட்சியில் சில குறைபாடுகள் இருந்தன. அதனால், தமிழர்க்கு ஒரேயொரு துறையில்தான் நலம் பிறந்தது. அதுவும் நீடிக்கவில்லை.

நீதிக்கட்சித் தலைவர்கள் தெலுங்கரும், மலையாளியரும் தமிழறியாத வருமாக இருந்ததினால், தமிழ் வளர்ச்சிக்கோ தமிழ்ப் புலவர் முன்னேற்றத்திற்கோ ஒன்றும் செய்யவில்லை. அவருட் பலர் கிழார் (ஜமீன்தார்)களாக இருந்தமையால் குடியரசுக்கு ஏற்காதவர்களாயும் பொதுமக்களோடு தொடர்பில்லாதவர்களாயு மிருந்தார்கள். விடுதலைக் கட்சியே வெல்லும் என்பதையும், ஆங்கிலேய ஆட்சி இந்தியாவில் ஒரு காலத்தில் நீங்குமென்பதையும் அறியாமல், ஆங்கிலேயருடன் அளவிறந்து ஒத்துழைத்துப் பழியையும் கட்டிக்கொண்டார்கள். கடைசி யில் தங்கள் கட்சி வேலையும் செய்யாமல், தேர்தலில் தோல்வியுற்றபின் இடம் தெரியாமல் ஓடி ஒளிந்துகொண்டார்கள். இது அவர்கள் செய்த தவறுகளில் மிகப் பெரிது அவர்களுள் ஓரிரு தலைவர்களாவது, மேற்கூறிய குறைகளைத் தாங்கள் திருத்திக்கொள்வதில்லை; தமிழறிஞரோடு தொடர்புகொள்வதுமில்லை. முதலாளியும் தொழிலாளியும் கூடியிருந்தால்தான் தொழில் நடக்கும்; அதுபோல, தலைவரும் தமிழறிஞர்களுங் கூடினால்தான் தமிழ்நாடு முன்னேறும் .

காங்கிரசு. வகுப்புவாரியாய், மக்கள்தொகைக்குத் தக்கபடி, அரசியல் வேலையளிக்கப்பட வேண்டுமென்ற நீதிக்கட்சியேற்பாட்டினால், தங்களுடைய தலைமை நீங்குவதையறிந்த பார்ப்பனர், தேசியப் போர்வையைப் போர்த்துக் கொண்டு விடாமுயற்சியாய் வேலை செய்ததனாலும், பல வலக்காரங்களைக் கையாண்டதனாலும், கடைசியில், ஆரிய அல்லது வடநாட்டுத் தலைமையுள்ள காங்கிரசுக்கு வெற்றி கிடைத்தது. ஆனால், காங்கிரசு தலைவரான பார்ப்பனர், ஆரிய வெறிகொண்டு நீதிக்கட்சி மேலுள்ள கோபத்தையெல்லாம் தமிழ் நாட்டின்மேல் காட்டி, அதை ஒரேயடியாய் ஆரிய மயமாக்க வேண்டுமென்று துணிந்ததனால், தக்க தலைவரின்றியும், வறுமைப்பட்டும், சிறுபான்மையராயும், பிழைப்புத் துறையிற் பெரும்பாலும் எதிரிகள் கையில் அகப்பட்டும் இருக்கின்ற ஒருசில தமிழர்க்கும், மானத்துடன் வாழ்வது அது தப்பின் மாள்வது என்ற உணர்ச்சி பிறந்துவிட்டது.

காங்கிரசு ஆரிய நாகரிகத்தை வளர்ப்பதனாலும், தமிழ நாகரிகத்தைத் தளர்ப்பதனாலும், தமிழர்க்கு மாறானது. விடுதலை முயற்சி நல்லது. ஆனால், தனக்கு விடுதலை வராதது தமிழனுக்கு நல்லதன்று. "தாயும் பிள்ளையு மானாலும் வாயும் வயிறும் வேறு."

காங்கிரசாட்சியில், தமிழர்க்கு விளைந்த தீமைகளுள் முக்கியமானவை ஐந்து. அவை கட்டாய இந்தி, வகுப்புரிமையின்மை, பார்ப்பன ஆதிக்கம், பள்ளிகளை மூடுதல், பகுத்தறிவாளாமை என்பன.

இந்தியா ஒரு நாடன்று; பல நாடுகளையுடைய உட்கண்டம். ஐரோப்பா முழுவதும் நாசியராட்சியில் ஒன்றாய்த் தோன்றுவது போல, இந்தியாவும் ஆங்கிலராட்சியில் ஒன்றாய்த் தோன்றுகிறது. ஆங்கிலர் வருவதன் முன் இந்தியா பல நாடு; இன்றும் பல நாடு. ஒருபோதும் இந்தியா, ஒரு நாடாயிருந்ததில்லை. எதிர்காலத்தில் ஒரு நாடாகலாம். ஆனால், அதற்கு முன் ஒரு குலமாக வேண்டும். ஆரியம் இந்தியா

முழுதும் பரவியிருப்பதால், இந்தியா ஒரு நாடென்று கொண்டால், ஆரியர்க்குமட்டும் மிகுந்த வசதியுண்டு, அதனால்தான் அவர் ஒரு நாடென்கின்றனர்.

இந்தியாவுக்கு இப்போது ஆங்கிலம் பொதுமொழியா யுள்ளது. அது உலகப் பொதுமொழி; சிறந்த கலை நூல்களைக் கொண்டது; அடிமைத் தன்மையை நீக்கி அறிவை விளக்குவது; சமுதாயத்தைச் சீர்திருத்துவது; மொழிச்சண்டைக்கு இடந்தராதது. ஆகையால் வேறொரு பொதுமொழி வேண்டுவதில்லை. வடமொழியும், வடஇந்திய மொழி களும், ஆங்கிலமும் ஓரினமாதலின், ஆங்கிலத்தை அயன்மொழியென முடியாது! ஆரிய மொழிகளைப் பேசுபவரே ஓர் ஆரிய மொழியை வெறுப்பின், திராவிடத் தனிமொழியைப் பேசுபவர் எங்ஙனம் இந்தியாகிய ஆரியமொழியை ஏற்கமுடியும்? ஆங்கிலத்தினும் அண்மையாயிருப்பதால் மட்டும் இந்தி இனமொழியாகி விடாது. பகைவன் அண்டை வீட்டில் குடியிருப்பதால் மட்டும் நண்பனாகி விடமாட்டான்.

***"உடன் பிறந்தார் சுற்றத்தார் என்றிருக்க வேண்டா***
***உடன்பிறந்தே கொல்லும் வியாதி - உடன்பிறவா***
***மாமலையில் உள்ள மருந்தே பிணிதீர்க்கும்***
***ஆமருந்து போல்வாரு முண்டு."***

தொடர்ந்து ஆரிய மொழியில் தமிழுக்கு விளைந்த கேடு கொஞ்ச நஞ்சமன்று; அதோடு இந்தியும் வரின் தமிழ் பெருங்கேடுறும் என்பதற்கு ஐயமின்று. ஆங்கிலம் அயன்மொழிகளால் வளர்ந்தது போலத் தமிழும் வளரும் என்று கருதுகின்றனர் சிலர் அவர் அறியார். ஆங்கிலத்திற்கு தமிழ்மொழித் துணை இன்றியமையாதது. தமிழுக்கு அங்ஙனமன்று.

இப்போது வழங்கும் பேச்சுத்தமிழ் அரைத்தமிழே. வடமொழியால் கால் தமிழும் ஆங்கிலத்தால் கால் தமிழும் போய்விட்டன. இனி இந்திவரின், கால் தமிழ்தான் வழங்கும். அதற்கும் அரசியல் தாங்கல் (ஆதரவு) இன்மையால், அதுவும் ஒரு காலத்தில் நீங்கும். மொழியே ஒரு நாட்டு நாகரிகத்தின் கருவூலம். மொழி நீங்கின் நாட்டு நாகரிகமும் நீங்கும்.

ஆண்டை வருஷமென்றும், மகிழ்ச்சியைச் சந்தோஷமென்றும், சிவபோற்றி என்பதைச் சிவாய நம வென்றும் அம்மையப்ப வணக்கம் என்பதை நமப்பார்வதீ பதயே என்றும் தாய்நாடே போற்றி என்பதை வந்தேமாதரம் என்றும், புத்தூழி வெளியீட்டகம் என்பதை நவயுகப்பிரசுராலயம் என்றும், நிலுவையைப் பாக்கி என்றும், தாழ்வில்லை அல்லது குற்றமில்லை என்பதைப் பர்வாயில்லை யென்றும், குழுவைக் கமிட்டி யென்றும், மேற்சட்டையைக் கோட்டு என்றும் அயன்மொழிச் சொற்களைக் கங்குகரையின்றி வழங்கிக்கொண்டு, அவற்றைத் தமிழென நினைப்பது அவலை நினைத்துக்கொண்டு உரலையிடிப்பதாகு

மன்றோ?

தமிழுக்குத் தமிழ்ப் புலவர்களே அதிகாரி. தமிழ்த் தற்காப்புக்காக அவர்கள் ஏதேனும் செய்தால் வேலையிழப்பும் சிறைத்தண்டனையும் நேர்கின்றன. இந் நாட்டில் தமிழர்க்குத் தமிழைப்பற்றிப் பேச உரிமை யில்லாவிட்டால், இதினும் கொடிய அடிமைத்தனமு முண்டோ?

தேவரும் அசுரரும் சேர்ந்து திருப்பாற்கடல் கடைந்தாலும், தேவர்க்கு மட்டும் அமிழ்தம் தந்ததைப்போல, பார்ப்பனரும் தமிழரும் சேர்ந்து விடுதலைக்குப் பாடுபட்டாலும், முந்தினவர்க்கே பலன் கிடைக்கின்றது. தமிழ் நாட்டில் நூற்றுக்கு மூன்று விழுக்காடுள்ள பார்ப்பனர், நூற்றுக்கு அறுபதிற்கு மேற்பட்ட அரசு அலுவல்களைப் பெற்று வருவதும் தமிழ்நாட்டையே ஆள்வதும், குடியரசுக்கும் தமிழர் உரிமைக்கும் ஏற்றதன்று. குலப்பிரிவினையுள்ள வரையில் தனித்தொகுதி இருந்து தான் தீரவேண்டும். நடைமுறையில

குலப்பிரிவினை காட்டிக்கொண்டு, சொல்லளவில் அதை மறுப்பது, ஒரு பண்டத்தைக் காக்கை தூக்கிக்கொண்டு போய்விட்டதென்று குழந்தைகளை ஏமாற்றுவதொக்கும்.

பார்ப்பனர் உண்மையில் தங்களைத் தமிழரைப்போலக் கருதித் தமிழையே வளர்ப்பாரானால், அவர்கள் தமிழ்நாட்டை வழிவழியாண்டாலும் தமிழ்ப் புலவருடைய எதிர்ப்புச் சற்றுமிருக்காது. அதற்கு மாறாகத் தங்களைத் தமிழரென்று சொல்லிக் கொண்டு, ஆரியத்தையே வளர்த்துத் தமிழைத் தளர்ப்பது பொறுக்கத்தக்கதன்று.

சிலர் பார்ப்பனருக்குத்தான் படிப்புத் திறமையுள்ள தென்றும், அதனால் தான் அவர்க்கு அலுவற்பேறென்றுங் கூறுகின்றனர். திறமை பற்றி வேலையாயின், பார்ப்பனர் ஏன் நகரக்காவல் (போலீஸ்), கிளையத்தில் (இலாகாவில்) புகவேண்டும்? அவர் உண்மையில் வீரராயின், படைத்துறையில் (இராணுவத்தில்) ஏன் ஒருவர்கூடச் சேர்வதில்லை. நகர் காவலிலும் தலைவராக மட்டும் ஏன் இருக்க வேண்டும்?

தமிழர்க்கு ஆயிரம் ஆண்டுகளாக உயர்தரக் கல்வி இல்லை. பார்ப்பனரோ ஐயாயிரம் ஆண்டுகளாக வழிவழியாகக் கற்றுக் கல்வியைக் குலத்தொழிலாக்கிக் கொண்டனர். இதனால் சிறிது வேறுபாடுண்டு. தமிழர்க்கரசு உதவியிருப்பின் இரண்டொரு தலைமுறையில் இக்குறை நீங்கிவிடும்.

தமிழ்நாட்டில் நூற்றுக்குத் தொண்ணூறு பேர் தற்குறிகளா யிருப்பவும், சேலம் கோட்டகை (ஜில்லா)யில் மதுவிலக்கென்று, 250 பள்ளிகளைச் சாத்தி மதிவிலக்குச் செய்தது. பெருங்கேடாகும். அதைப் பின்பற்றி, இன்று கோயம்புத்தூர், திருச்சிராப்பள்ளிக் கோட்டகைகளிலும் 200, 300 ஆகப் பள்ளிகள்

சாத்தப்பட்டுள்ளன. ஒரு நாட்டின் முன்னேற்றத்திற்குக் கல்வியே அடிப்படை. மேனாடுகளில் 100-க்குத் 90-பேர் படித்திருப்பதால்தான், அவர்கள் முன்னேறி வருகின்றனர். அடிமைத்தனமும் அறியாமையும் நீங்க வேண்டிய குடியரசு காலத்தில் நூற்றுக்கணக்கான முன்முறைப்(Primary) பள்ளிகளைச் சாத்தி, மக்களைக் குருடாக்குவதும் நூற்றுக்கணக்கான ஆசிரியர்க்கு வேலையில்லாமற் செய்வதும் நன்றன்று. பள்ளிகளில் குறையிருந்தால் திருத்த வேண்டும். முன்முறைக் கல்விக்கும் கட்டாயக்கல்விக்கும் மட்டும் எவ்வளவு செலவானாலும் செலவிடத் தக்கதே. அறியாமை விலக்கே மது விலக்கினும் முற்பட்டுச் செய்ய வேண்டிய சீர்திருத்தமாகும்.

காங்கிரசால் தமிழர்க்கு விளைந்த தீங்குகளில் மிகக் கொடியது எதுவென்றால், பகுத்தறிவைப் பயன்படுத்தாதபடி, கட்டொழுங்கின் (Discipline) புகட்டப்பட்ட வாயடக்கியலாகும். மற்ற என்ன சொன்னாலும் அதன் உண்மையை உணராமலும், காங்கிரசிற்காக எல்லாவற்றையும் இழப்பதென்றும், திராவிட உயர்வுபற்றியதெல்லாம் கைவிடுவதென்றும், ஆரிய உயர்வுபற்றியதெல்லாம் வரவேற்கத்தக்கதென்றும், காங்கிரசு தலைவர் கூறுவதெல்லாம் மறைமொழி (வேதவாக்கு)யென்றும், குருட்டுத் தனமாய்க் காங்கிரசைப் பின்பற்றுவது தமிழராக்கத்தையே வேரறுப்பதாகும். ஆகையால், தமிழ்விடுதலையும், தமிழ் வளர்ச்சியும் குறிக்கோளாக் கொண்டதொரு புதுக்கட்சி ஏற்படுத்த வேண்டும். அல்லது காங்கிரசில் இருந்துகொண்டே தமிழுக்குழைக்க வேண்டும்.

வடநாட்டுத் தலைவர்கள் தேசியத்திற்காகப் பாடுபட்டதனால், தமிழர் தமிழ்நாட்டையும் தமிழையும் இழக்க முடியாது. தமயந்தியைப் பாம்பினின்றும் தப்புவித்த வேடன் அவளுக்குக் கணவனாக முடியாதே!

தமிழர் எல்லாவற்றையும் இழந்து தமது மொழியைமட்டும், செல்வமாகக் கொண்டிருக்கின்றனர். எதுவரினும் எதுபோயினும் தமிழை மட்டும் தமிழர் விடார் என்பது திண்ணம்.

**தமிழ் வாழ்க!**

*******************

Made in the USA
San Bernardino, CA
18 February 2019